GIỌT NƯỚC MẮT CỦA VĂN CHƯƠNG

Kính Dâng Song Thân

Xin chân thành cảm ơn GS. Vũ Xuân Trinh
đã giúp đỡ tôi xuất bản tập truyện này.

GIỌT NƯỚC MẮT VĂN CHƯƠNG
- TẬP TRUYỆN -
KIỀU GIANG

Tranh bìa: Friendship - Pablo Picasso
Bìa: Công Nguyễn
Dàn trang: Kiều Giang

NHÂN ẢNH xuất bản 2023
ISBN: 978-1-0880-9896-7

KIỀU GIANG

GIỌT NƯỚC MẮT CỦA VĂN CHƯƠNG

Tập Truyện

NHÂN ẢNH 2023

■ TÁC GIẢ:

Kiều Giang tên thật Nguyễn Hiệu

Quê quán Qui Nhơn - Bình Định

Cử nhân Triết Tây - ĐH Văn Khoa Sài Gòn

Dạy học - Viết văn

■ TÁC PHẨM:

▪ Đã xuất bản:

1. RU MUỘN - Thơ - NXB Văn Nghệ TP. HCM 2009

2. BIỂN KHÁT - Thơ - NXB Văn Hóa Văn Nghệ 2011

3. NGƯỜI NGỒI VẼ CHÂN DUNG THỜI GIAN - Tập Truyện - 2016

4. NHỮNG GIỌT MƯA GIAN NAN - Thơ - 2016

5. GIỌT NƯỚC MẮT CỦA NGƯỜI HÁT RONG - Thơ - 2020

6. GIỌT NƯỚC MẮT CỦA VĂN CHƯƠNG - Tập Truyện - NXB nhân ảnh 2023

LỜI NÓI ĐẦU

Mỗi chúng ta ai cũng phải đi qua cuộc đời mình, nghĩa là phải trải qua thời đại, đất nước, gia đình, tuổi trẻ cùng với cuộc mưu sinh thăm thẳm, tạo thành một sinh thể người, một vũ trụ bé con trong vũ trụ bao la. Xin cảm ơn tạo hoá đã sinh ra loài biết cười, biết khóc với đồng loại, để mỗi con người đều biết sáng tạo, đi theo một con đường riêng,và tất cả đều tiến lên trong cuộc tiến hoá đầy bí nhiệm và thơ mộng này.

Ngôn ngữ của loài người mà tinh hoa của nó là Văn Chương, phải chăng đó là một sự uỷ nhiệm vĩ đại dành cho con người từ khi "loài sậy biết tư duy" bất chợt xuất hiện nơi mặt đất như một cuộc Đại Hoá đầy cảm hứng của tạo tác. Và người cầm bút viết văn, chẳng qua cũng là một hạt bụi trong cái vũ trụ bao la đầy ngẫu hứng của Thượng Đế. Mơ ước cuối cùng của nhà văn là làm tròn sứ mệnh của văn chương, làm đẹp thế giới này, làm cho sợi dây thiêng liêng kết nối những tâm hồn, cùng nhau hướng về Chân, Thiện, Mỹ. Người viết tập truyện này cũng chỉ muốn sống trọn vẹn với giấc mơ nhỏ nhoi ấy thôi, vì chính những phút giây tìm kiếm chân lý và cái đẹp là những khoảnh khắc gặp gỡ vĩnh hằng. Tất nhiên "Những cánh cửa của nhận thức phải được giữ sạch, mọi thứ mới hiện ra với con người đúng với bản chất của nó, là vô hạn" (If the doors of perception were cleansed, everything would appear to man as it is, infinite - William Blake).

Nhưng văn chương không phải là cánh đồng hoa dại mà phải là một khu vườn ngan ngát hương hoa, là đỉnh cao của trí tuệ, là sự chắt chiu từng giọt máu thanh khiết của con tim nhân ái, là bệ phóng có định hướng cho tương lai của văn minh và nhân bản.

Chúng ta rất đau buồn cho thế giới ngày nay, khi mà con người bị nền văn minh kỹ thuật thống trị, đánh mất chất nhân ái, đánh mất chất Văn Chương trong hồn mình, vô tình đưa nhân loại đến sự tàn sát lẫn nhau, đến hố đen của sự huỷ diệt!

Đại văn hào người Pháp nói: "Cuộc nhân sinh thực sự mà cuối cùng sẽ được hiển lộ, cuộc nhân sinh duy nhất được sống một cách trọn vẹn, là Văn Chương".

Nếu như Chúa Giê-Su không chịu đóng đinh trên Thập Tự Giá, Đức Thích Ca Mâu Ni không chịu khổ hạnh để đi tìm Con Đường Giải Thoát và Văn Chương không phải nhỏ những giọt nước mắt xuống những khổ luỵ trần gian thì làm sao cứu rỗi con người!

Bên Kia
Đường Chân Trời

Hùng đẩy cánh cổng chốt hờ then, lặng lặng bước vào căn biệt thự mini. Trời đêm thật yên ắng trong cái tổ ấm mà anh dày công gầy dựng, vun vén trong suốt 10 năm. Anh thuộc lòng từng dấu tích trên mỗi gốc cây trong vườn, từng chỗ đặt vật dụng trong nhà, anh yêu chiếc ghế đá đặt gần hồ cá cảnh, nơi anh thường ngồi với Hoàng Lan trong những đêm trăng... Nơi đây là Vườn Địa Đàng thu nhỏ, từng níu bước chân anh trong những chuyến công tác lâu ngày, bỏ lại Eva Hoàng Lan đơn lạnh…

Lần này về, anh không điện báo trước cho Hoàng Lan biết, vì con tàu do anh làm thuyền trưởng, rút ngắn hải trình, không đi châu Âu và anh cũng muốn tạo sự bất ngờ cho vợ. Hùng liếc nhìn đồng hồ, "đã mười một giờ đêm", anh nói khẽ. Anh hơi ngạc nhiên, sao giờ này, vợ anh vẫn chưa khóa cổng. Không khí trong sân thật mát mẻ. Mùa thu, mùi thơm hoa cúc, hoa nguyệt quế tỏa ngát sân, anh hít một hơi thật dài thỏa thích. Không gian thật tĩnh lặng, nhưng anh nghe như có tiếng chim rộn rã trong lòng, náo nức bước nhanh về phía sảnh, nơi đặt chiếc bàn tròn và mươi chiếc ghế cổ làm bằng gỗ mun mà anh đã cất công mua về từ nước ngoài. Trên bàn, bình hoa cẩm chướng vẫn còn tươi, thứ hoa mà Hoàng Lan rất ưa thích. Anh đảo mắt nhìn quanh. Chiếc đàn Piano vẫn thường dẫn anh đi vào cõi mộng, dưới những ngón tài hoa của Hoàng Lan, im lìm trong phòng khách, căn biệt thự dường như đã cùng vợ anh chìm trong giấc ngủ.

Một rung cảm nhẹ thoáng qua đầu, hình ảnh của người vợ, như một nàng công chúa ngủ trong rừng thẳm, vừa thức dậy từ tuổi thơ anh. Nhưng bất chợt Hùng nhìn thấy tia sáng yếu ớt từ trong phòng ngủ của vợ, chiếc đèn ngủ trong phòng vẫn sáng mờ, và chiếc xe gắn máy Nhật loại đắt tiền dựng trong ga-ra. Mặt Hùng biến sắc, hơi thở dồn dập, anh chăm chú dán mắt vào khe hở của màn cửa. Anh không còn tin được vào mắt mình. Cả thế giới như sụp đổ. Hoàng Lan, đang lõa thể, trong nỗi đam mê cùng tột, đã quấn chặt vào người đàn ông như đôi rắn trong vườn địa đàng mà anh đã xem trong các bức tranh tôn giáo thời trung cổ. Người đàn ông, tấm thân cuồn cuộn cơ bắp, đôi tay cố ôm siết đôi vai nàng, trong lúc đầu hắn hăm hở vục vào ngực, vào cổ nàng. Vì đêm quá tĩnh lặng, tiếng rên khe khẽ của nàng vẫn cứ quái ác lọt vào tai anh. Thời gian như dừng lại trong đầu anh hàng thế kỷ. Tâm tư bấn loạn, anh như đang rơi lơ lửng trong chín tầng địa ngục. Dù là một người đàn ông có bản lĩnh, nhưng sự nghiệt ngã của hoàn cảnh cũng làm cho Hùng phải quỵ ngã. Anh ngồi bệt xuống thềm nhà, tựa lưng vào vách, không dám nhìn vào trong nữa.

Một lúc khá lâu, có lẽ họ đã ngủ, như hai cái xác chết trên chiến trường hoan lạc, sau cả tiếng đồng hồ quần thảo. Anh nhìn thật lâu vào lọ hoa trên bàn, vào cái đèn ngủ lặng lẽ nhả một thứ ánh sáng yếu ớt, vào cái hòn non bộ đặt sát tường vẫn róc rách dòng nước chảy trong thời gian bất tận, và vào những vật dụng quen thuộc xung quanh, nhưng sao hôm nay, chúng bỗng trở thành xa lạ với anh một cách tàn nhẫn.

Hùng đứng lên và tiến lại chiếc bàn, dáng rã rời, nặng nhọc kéo ghế ngồi. Anh rút ra trong cặp da một tờ giấy, kéo chiếc đèn về phía mình, hí hoáy viết, rồi gấp lại, đè cẩn thận dưới chân đèn.

Con đường Nguyễn Du về khuya thật thanh lặng. Đêm nay, thế gian hình như chỉ còn có mình Hùng, nỗi cô đơn lùa về làm anh khẽ rùng mình, những âm vang như từ nguyên sơ tràn ngập cõi lòng anh. Tiếng vĩ cầm của Hoàng Lan trong Symphony No.9 của Beethoven hình như còn treo lơ lửng trên những cành me xanh, vắng ra từ trường Quốc gia Âm nhạc, nơi ấy họ đã gặp nhau và bắt đầu yêu nhau mười lăm năm trước. Hùng thở dài chua chát, rồi như chỉ còn là vô thức, anh lê những bước chân nặng nhọc hướng về Nhà Thờ Đức Bà. Trời Sài Gòn, khuya cuối thu se lạnh, bước chân anh dẫm lên lớp lá me rụng dày trên lề đường, tạo ra một thứ âm thanh rất khẽ, càng làm tăng thêm nỗi hoang vắng mênh mông.

Chuông đồng hồ trên tháp bưu điện trung tâm Sài Gòn điểm hai giờ sáng, đèn trong nhà thờ đã tắt, thỉnh thoảng một chiếc ô tô lặng lẽ vụt qua rồi mất hút trên đường Đồng Khởi, Hùng mệt mỏi ngồi xuống chiếc ghế đá ven công viên. Anh châm điếu thuốc gắn lên môi, nhả những cụm khói vo tròn vào đêm vắng, rồi ngước mắt nhìn lên tượng Đức Mẹ. Anh nghĩ, có lẽ bây giờ Mẹ cũng đã ngủ yên... trên thiên đường, chắc chẳng thấy anh, chỉ còn một mình anh lang thang trong cõi trần gian đầy bất trắc và dối gian, không còn ai hiểu và sẻ chia nỗi lòng anh giữa lúc này. Anh sẽ phải làm gì, đi đâu, trong đầu anh bây giờ là một dấu chấm hỏi to tướng và sau đó là một dấu chấm hết.

Có lẽ đã gần sáng, Hoàng Lan giật mình thức giấc. Trung, người tình đang say ngủ bên cạnh, đèn ngoài sảnh vẫn còn sáng. Hoảng hốt vì biết mình đã ngủ quên, nàng ngồi bật dậy, chạy ra sảnh, thấy tấm giấy gấp, được đè cẩn thận dưới chân đèn, nàng vội mở ra đọc:

"Hoàng Lan ơi, hôm nay anh đã về với em sau ba tháng mong đợi từng giờ. Nhưng có ngờ đâu, đây cũng là lần cuối cùng anh thấy được em và rồi anh phải xa em vĩnh viễn. Anh không còn đủ can đảm để gặp lại em, vì không biết lúc đó anh còn dám nhìn vào ánh mắt đắm đuối mà em đã từng dành cho anh trong suốt mười năm chúng mình yêu nhau, anh biết nói gì với người mà anh đã từng vắt cạn máu tim mình để yêu thương... và anh còn biết làm gì! Anh sẽ cố quên đi hình ảnh mà anh đã chứng kiến đêm nay, vì anh còn muốn giữ lại một Hoàng Lan thiên thần trong tim anh, dù thiên thần Aphrodite giờ đây cũng chỉ còn trong mộng tưởng. Từ nay, căn biệt thự này là của em, bầu trời hạnh phúc này là của em. Cho anh gửi lời cảm ơn người đàn ông đã thay anh cho

em hạnh phúc. Anh xin lỗi em là đã hơn mười năm rồi mà anh không thể nào cho em một đứa con, có lẽ rồi anh ta sẽ làm điều ấy thay anh. Em yêu ơi, anh đành phải vĩnh biệt em rồi, gửi em ngàn nỗi đớn đau thương nhớ"

Chồng em – Thế Hùng

"Anh ơi, em chết mất thôi". Hoàng Lan khẽ kêu lên rồi gục xuống bàn, mặt đè lên bức thư, nức nở ràn rụa, không còn đứng lên nổi. Trung bước ra thấy vậy, có lẽ đã hiểu một phần câu chuyện. Anh đứng nhìn Hoàng Lan hồi lâu rồi đưa tay lay vai nàng mấy lần nhưng nàng vẫn không chịu đứng lên. Nàng nói khẽ "anh về đi, tất cả đã hết rồi".

Con tàu trực chỉ hướng Hồng Kông, hai ngày nữa sẽ nhả hàng ở đó. Sáng nay, sau bữa sáng, Hùng ra ngồi ở phòng hoa tiêu, lòng buồn rười rượi. Từng giọt cà phê, cùng những hình ảnh của đêm kinh hoàng ấy, trôi xuống cổ, nghe đắng chát. Biển đẹp trong xanh gờn gợn, con tàu như đang dũng mãnh nuốt sóng, nhưng lòng anh lại như đang bị vùi dập bởi những đợt sóng muôn trùng của dĩ vãng ngọt ngào và thương đau cùng cực.

Hùng với tay lấy một tờ nhật trình nơi giá báo, đưa lên đọc để cố quên đi cảnh đời trớ trêu nghiệt ngã, bỗng tay anh run bần bật, khi phát hiện một tin sét đánh đăng trên trang nhất: "Nữ chủ nhân biệt thự Hoàng Lan đã tự sát trong đêm". Anh cố trấn tỉnh để đọc cho hết bản tin, rồi không còn tự chủ, tờ báo vuột khỏi tay anh rơi xuống sàn.

Những hình ảnh bi hài nghiệt ngã trong quá khứ như cứ trào ngược lên ký ức. Anh lẩm bẩm "ta đã có lỗi với nàng". Hùng nhắm mắt để được bềnh bồng trong cái thế giới huyền ảo hư vô, tình yêu vĩnh cửu mà anh từng mơ ước, đã không bao giờ hiện hữu trong cuộc đời này, mà có lẽ nó chỉ tồn tại ở phía bên kia đường chân trời, còn lại chỉ là những ngẫu nhiên mà tất cả những nỗ lực của con người dần trở nên vô nghĩa.

Giọt Nước Mắt
Của Văn Chương

*"Cuộc nhân sinh thực sự, mà cuối cùng
sẽ được hiển lộ, cuộc nhân sinh duy nhất
được sống một cách trọn vẹn, là văn chương."*
(MARCEL PROUST)

Mới 6 giờ sáng mà người qua lại trong các hành lang bệnh viện HĐ đã rộn ràng, không phải thứ rộn ràng của lễ hội mà là của sự hốt hoảng. Một cô y tá chen vào đám đông, hớt hải xông vào phòng bác sĩ trực, không kịp gõ cửa, báo rằng đêm qua một nam bệnh nhân bị bệnh tai biến tên H.K. giường 19 phòng 207 trong ca trực của cô, đã đột nhiên biến mất, cô đề nghị bác sĩ xem giúp lại hồ sơ bệnh án của bệnh nhân và các thông tin khác.

Vị bác sĩ hình như còn ngái ngủ, sau một lúc lâu, ông mới gọi cô y tá lại, rồi có vẻ nghiêm nghị, đọc hồ sơ bệnh án: "Ông H.K, nghề nghiệp viết văn, bị tai biến, nằm viện đã 35 ngày, tình trạng sức khỏe hiện tại ổn định, đôi chân còn yếu, đi phải có người đỡ hay ngồi xe lăn, chiều qua có người nhà đến xin về điều trị ngoại trú, đã thanh toán xong các khoản viện phí, chờ sáng nay xuất viện". Ngưng một lát, người thầy thuốc nói tiếp "Camera an ninh phòng bệnh cho thấy đêm qua, khoảng một giờ sáng, có một cô gái còn rất trẻ, ăn mặc lịch sự đến đưa bệnh nhân ra khỏi phòng bệnh bằng xe lăn". Ông ngước nhìn cô nhân viên của mình, vẻ thăm dò, rồi buột miệng: "Lạ thật. Hơn 20 năm làm nghề y, tôi chưa gặp trường hợp "xuất viện" kỳ lạ như thế này bao giờ". Nét mặt của ông căng lên rồi lại giãn ra, chặn một nụ cười nửa miệng.

Một tháng sau ngày bệnh nhân, nhà văn H.K mất tích đầy bí ẩn ở bệnh viện HĐ, bà Diệp Thảo, giám đốc một xí nghiệp kinh doanh nước giải khát khá nổi tiếng, đưa đơn lên tòa án xin ly hôn với người chồng, mà theo bà là một thứ "lãng tử khố rách". Nói câu đó, vì bà nghĩ đến Karl Marx thời gian ở Luân Đôn, khi ra đường thì đóng veston rất tươm tất, nhưng trong túi chẳng có xu nào. Bà không thích đường đi của những nhà tư tưởng. Với bà, giá trị của một con người là túi tiền và cái hòm chìa khóa.

Bà giám đốc, tuy tuổi đã quá ngũ tuần, nhưng nhan sắc còn rất mặn mà, nhìn bà, người ta đều phải kéo lùi thời gian đã phủ lên cái mái tóc còn xanh mượt, lên đôi môi còn rất mọng của bà, đến hơn 10 năm, đó là chưa nói đến 3 cái vòng eo đầy khêu gợi, soi trên chiếc Mercedes bóng lộn.

Trong đơn, bà tố chồng với đủ thứ tội mà cả đến Thượng đế khi đuổi Adam và Eva khỏi vườn địa đàng, còn gán ít tội hơn. Bà nói rằng ông H.K rất tệ bạc với bà, trong rất nhiều tác phẩm của ông, thơ cũng như văn, đều có thấp thoáng bóng dáng những nhân vật là những phụ nữ trẻ đẹp, mà bà tin chắc đó là những người tình của ông. Đã nhiều lần bà đã cảnh cáo ông, nhưng ông vẫn chứng nào tật nấy, và luôn miệng biện hộ rằng đó là những nhân vật hoàn toàn có tính hư cấu. Đúng là, mặc dù bà đã cho người theo dõi, nhưng bà cũng không nắm được một bằng chứng xác đáng nào. Hay là ông chỉ yêu những người đàn bà trong mộng, và chẳng lẽ những nàng Mona Lisa kia cũng chỉ là do trí tưởng tượng của ông nặn ra, không phải của Leonado Da Vinci mà là của thế kỷ 21? Bà cũng không thể hiểu nổi tâm lý oái ăm phức tạp của các nhà văn! Mà nếu chỉ như thế cũng không được, vì dù ông chỉ phiêu lưu trong cái thế giới tưởng tượng đó, cũng đủ để kết luận là ông đã phản bội bà. Nhiều đêm, nằm bên bà, dù mắt ông cứ mở thao láo, nhưng bà phải lay đến mấy lần, ông mới quay về với thực tại, và như thế thì những cảm xúc ham muốn đang dâng trào làm người bà nóng rang cũng tắt ngấm đi rồi. Bởi thế, bà thầm nguyền rủa sự trớ trêu của cuộc sống phòng the với ông H.K trong những tháng ngày sóng gió đời bà, và những lúc đó bà lại thầm nghĩ đến Nam, một trưởng phòng của công ty bà, trẻ trung, lịch lãm, đầy sức sống, lúc nào cũng như cuốn hút, mời mọc bà. Ngày xưa bà yêu ông H.K, cũng gần giống với cái cảm giác bây giờ khi bà nghĩ đến Nam. Nhiều khi bà không hiểu nổi cách định nghĩa tình yêu trong sách vở mà bà thường đọc, nhưng bà lại không thích người ta nói với bà rằng, tình yêu chỉ là sự thăng hoa, sự hóa thân của tình dục, chỉ là Libido của Freud mà thôi! Tình yêu của bà sẽ rất cao thượng, đẹp đẽ và bà không muốn nghe ai đó vật chất hóa tình yêu!

Bà còn mạnh miệng tố rằng, ông H.K là người đàn ông lười biếng, vô trách nhiệm với gia đình, suốt ngày ôm cái máy vi tính, miệt mài gõ trên bàn phím, với đồng lương hưu chết đói và những đồng tiền còm cõi bán bản quyền các tác phẩm mà bà cho rằng nó mang đầy tính chất không tưởng, bà cũng không sao nuốt nổi. Ngày xưa bà yêu cái "mác" thầy giáo, nhà văn của ông bao nhiêu, thì bây giờ bà thù ghét nó bấy nhiêu. Ngày ấy bà rất thích thú khi nghe ông nói rằng "văn chương là sợi dây huyền diệu kết nối trái tim với trái tim, quá khứ với hiện tại và tương lai, kết nối các nền văn minh của nhân loại, không có văn chương, trái đất chỉ là sa mạc, loài người sẽ mất đi màu xanh của tình yêu và lẽ sống, không có văn chương, nhân loại sẽ không còn tính sáng tạo nghệ thuật và chỉ còn đố kỵ và hận thù".

Đúng như người đời thường nói, "con đường đi vào trái tim của người đàn bà qua ngả lỗ tai", bà đã yêu ông bằng những lý thuyết vô bổ về triết học, văn chương, về những giá trị nhân bản và những gì gì nữa bà không nhớ hết, bây giờ nhìn lại, so sánh với đồng tiền mà mỗi người kiếm được, những thứ mà bà tin vào thời đó, để mê ông, bây giờ đã trở thành xa lạ, nếu không nói là thù địch. Và cũng vì thế mà ngoài những cuốn sách giáo khoa thời phổ thông và những tờ lịch treo tường, bà không còn lật một quyển sách nào nữa. Có lần bà hỏi ông "văn chương xuất phát từ đâu, và sẽ đi về đâu mà ông mê lắm vậy"? Ông trả lời một cách hết sức "mơ hồ, vô nghĩa" rằng "văn chương của tôi bắt đầu từ hư không và rồi tôi cũng sẽ kết thúc nó ở đó".

Cho nên nhất định, bà phải quên, quên hết những gì mà ông đã từng mê hoặc bà, quên những đêm mà ông đã từng đưa bà quằn quại, rên rỉ trên đỉnh thiên sơn, những việc mà bà đã cho rằng ông từng hi sinh cho bà, những khi bà gặp hoạn nạn, bây giờ chỉ là nhảm nhí, vô bổ, đáng ghét. Trước mắt, bà phải theo đuổi một con đường khác, con đường không có ông, không có bóng dáng phù phiếm của văn chương.

Huyền My ngồi trên giường, chân buông thõng, hai tay chống lên thành giường, tinh nghịch thích thú nhìn người đàn ông trên chiếc xe lăn, hình như đang đăm đăm nhìn những tia nắng mai nhảy múa trên giàn hoa thiên lý trước sân:

- Thầy nhìn gì mà đăm chiêu quá vậy?.

Ông H.K giật mình quay lại, nhìn cô học trò năm nào, đôi mắt long lanh, vẻ trìu mến tinh nghịch, ông cười mỉm:

- Thầy có nhìn gì đâu! Rồi như để chữa thẹn cho câu nói vô tình của mình, ông chia sẻ:

- Hôm nay nắng đẹp, phải không em?

- Thầy đã thấy nắng đẹp, em rất vui, vì em biết thầy đã khỏe lại, xin cảm ơn màu nắng hôm nay và em cảm ơn thầy.

- "Cảm ơn" phải là từ để dành cho thầy nói với em chứ? Không có em, cũng chưa biết điều gì đã xảy ra… với thầy!

Hình như ông H.K hơi nghèn nghẹn.

Huyền My lấy cây gậy trúc mà chiều hôm qua cô đã mua được trên đường đi làm về, tiến đến trước mặt người đàn ông vừa mới bước qua bờ sinh tử, nước da đã hồng trở lại, cô nhìn sâu vào mắt người thầy và đề nghị:

- Bây giờ em sẽ tập cho thầy đi nha! Thầy hãy vịn vào một đầu gậy, em vịn chắc đầu bên kia, thầy nhích từng bước theo em!

Ông H.K thoáng nhận ra sự khác lạ trong ánh mắt của Huyền My, nhưng ông không dám đưa ra một phán đoán nào từ đôi mắt như đang muốn nói một điều bí ẩn với ông!

Huyền My đỡ cho ông đứng lên, ông hăm hở làm theo lời hướng dẫn tỉ mỉ của cô học trò. Mới đi được khoảng 5 mét, ông H.K bị ngã nhoài người về phía trước. Nhờ trong tư thế đi lui, Huyền My mới kịp nhào ngược lại ôm ông vào lòng. Trong giây phút bàng hoàng ấy, tự nhiên như có một luồng khí nóng chạy qua người cô, một sự rung cảm đầu đời mà cô chưa từng gặp. Cô rùng mình. Còn ông H.K cũng siết chặt Huyền My vào vòng tay của mình hơn. Mùi hương con gái thoảng vào thần kinh ông, làm ông ngây ngất, bất giác, ông nói khẽ "thầy cảm ơn em!".

Ngày ấy Huyền My bắt đầu để ý đến thầy H.K khi ông tham gia vào một số giờ thỉnh giảng ở Trường ĐHKHXHVNV. Trong bài thuyết trình với đề tài: "Những kinh nghiệm sáng tác của các nhà văn". Huyền My thấy thích thú về những đường nét tư duy, về cách biến hiện thực thành những tưởng tượng tiên nghiệm đầy tính sáng tạo của các nhà văn, qua những trải nghiệm sống động của họ, mà một cô sinh viên tập tò trong nghề viết như cô cần học hỏi… Thời gian sau đó cô thường lui tới nhà thầy để được truyền dạy những kinh nghiệm thực tế mà cô chưa vận dụng nổi từ sách vở.

Đã gần mươi năm nay, sau khi tốt nghiệp, cô xin được một chân quản thủ thư viện trong một trường đại học, cũng là thời gian cha mẹ cô được bảo lãnh sang Mỹ. Cô không muốn đi vì cô thầm nghĩ, một xã hội văn minh kỹ thuật như ở Mỹ, chắc không thích hợp với tâm hồn cô, và cô ở lại để giữ căn nhà nhỏ ngoại ô thành phố, mà theo lời người cha, đó có thể là nơi mà ông sẽ trở về, là nơi ở cuối của đời ông. Cuộc sống êm ả trôi qua với sách vở cùng gió trăng, không hiểu sao cô lại không có một ước muốn kết thân với bóng dáng của một đấng mày râu trai trẻ nào, mà cô thấy rằng thầy H.K sẽ là người đem lại sự ấm áp cần thiết cho tâm hồn cô.

Rồi một thực tế cay đắng và phũ phàng mà cô không bao giờ ngờ tới đã xảy ra với người thầy mà cô thầm yêu kính, người vợ còn rất trẻ của ông, là một doanh nhân thành đạt, đã thường xuyên kiếm cớ đuổi ông ra khỏi nhà, nhưng ông cứ lặng lẽ cam chịu, suốt ngày say sưa vào những trang viết. Rồi cứ như thế, bi kịch của đời người lại thường muốn ghi dấu lên mảnh thời gian lạnh lùng, điều gì phải xảy ra, đã xảy ra, ông đã lên máu và đột quỵ. Hôm được tin đó, Huyền My đã bật khóc như một đứa trẻ, cô nghĩ mình phải cứu thầy H.K, đó là điều mà trái tim và khối óc bắt cô phải làm. Sau đó, đêm nào cô cũng lén vào chăm sóc, an ủi ông ở bệnh viện.

Hôm ấy một buổi sáng cuối đông, trời nhiều sương mù và se lạnh, đoàn xe đưa tang nối đuôi nhau nhích từng bước vào trong khuôn viên của nghĩa trang chùa Hoằng Pháp. Huyền My dìu ông H.K lê từng bước sau xe tang, tiến vào vãng sanh đường, người nằm trong chiếc quan tài sang trọng kia, đáng lẽ là ông, nhưng không phải, mà chính là người vợ đã cùng ông đầu ấp tay gối suốt 35 năm ròng. Nỗi xót xa cay đắng phận người đang đè lên từng bước chân của ông. Ông quay sang đứa con gái đi bên cạnh:

- Ba nghe nói, sức khỏe mẹ con vẫn tốt sau ngày tòa chấp thuận cho chia tay với Ba kia mà?

- Gần đây thấy mẹ thần thờ buồn, thường mất ngủ và hay cáu gắt, con có hỏi, nhưng mẹ chỉ lắc đầu.Tối hôm ấy, con gặp chú Nam với một cô gái trẻ đẹp ở dancing, con gọi về nói với mẹ. Không ngờ, khi con về đến nhà thì không còn kịp nữa!

- Sao con lại làm thế?

- Lúc đó con cạn nghĩ, con có lỗi với cả ba lẫn mẹ!

Ông H.K thoáng thở dài rồi vuốt đầu đứa con gái:

- Thôi, tất cả đều là duyên phận, con gái yêu của ba! Con đừng tự trách mình nữa. Dù không ai muốn, nỗi bất hạnh vẫn mãi đeo đẳng con người. Con đường trước mặt của con còn rất dài và trách nhiệm với sự nghiệp kinh doanh của mẹ thì rất nặng nề, hãy tránh vết xe đổ mà ba mẹ đã đi qua…

Ông H.K cố lấy hết sức, hai tay nâng vòng hoa hồng trắng với dải băng lụa tím mà chính ông lựa mua sáng nay đặt lên mộ vợ, cúi nhìn bát hương nghi ngút một lúc lâu, rồi chậm rãi quay lại cùng người con gái đi về phía cổng chùa. Một hồi chuông đổ dài tiễn đưa người quá cố dội vào lòng ông, làm cho ông vừa đi vừa cúi xuống ôm ngực. Ông cố nén giọt nước mắt muốn trào ra khi Huyền My mở cánh cửa taxi cho ông.

Mảnh Đạn

"Cuối cùng thì lịch sử luôn để lại cho mỗi con người chúng ta những vết thương không bao giờ lành được. Mỗi một người có một kiểu thương tích, chỉ giống nhau ở chỗ, nó là hệ lụy của một cuộc chuyển động đầy kịch tính, một thứ vở diễn mà tác giả và diễn viên đều do chính một con người đảm nhận. NV Kiều Giang đã khái quát hóa bi kịch ấy của nhân loại trong một tiểu thuyết ít chữ: MẢNH ĐẠN".
(NV Nguyễn Thanh Hiện)

1. Huy trở lại quán café có tên "Café không ngủ" vào một đêm cuối đông. Đêm cao nguyên đã khuya, giờ này chỉ còn những khách giang hồ lãng tử ở phương xa "không nhà" như Huy, dừng chân để thưởng thức đêm không ngủ nơi phố núi trầm lắng mơ màng trong cái se lạnh. Cách đây 30 năm, anh cũng đã từng có "một đêm không ngủ" ở nơi thành phố "rất quen mà rất lạ" này. Ngoài kia mưa bụi phủ mờ ánh đèn cao áp đang cố gắng nhả những giọt vàng xuống con đường chập chờn trong giấc ngủ đông. Còn anh thì không sao ngủ được. "Cái thành phố đang thức trong hồn anh, chắc lại đang ngủ quên trong nỗi đa đoan thời cuộc của nó. Đã 30 năm rồi, còn gì!", Huy thầm nghĩ. Huy mang theo hơi lạnh của trời đất và trái tim buốt giá của mình bước vào quán. Quán vắng tanh. Chỉ có hai cô gái gục ngủ lên cái bục làm bằng nứa ghép, cao quá ngực. Hai chiếc bóng đèn gắn tường, ánh sáng vàng mờ nhạt không đủ rõ mặt người. Huy chọn chỗ, ngồi vào chiếc ghế mây dạng salon có lót nệm bông, kê bên chiếc quầy, để tìm chút hơi ấm còn rơi rớt lại của một thời thanh xuân đã mất. Bỗng dưng anh cảm thấy sự trống rỗng cho cuộc sống độc thân ở tuổi năm tư của mình. Nhưng may quá, giọng ca ma quái của Khánh Ly: "nghìn trùng xa cách, người đã đi rồi, còn gì đâu nữa mà khóc với cười…mời người lên xe về miền quá khứ…" dội vào lòng anh, da diết, xa xăm, huyễn hoặc, giúp anh lướt qua cơn mộng…

Anh rít một hơi dài, mùi thuốc lá thơm lan tỏa khắp phòng, bàn tay không còn cóng buốt, anh khẽ gảy vào cái gạt tàn, rồi ngước lên gọi:

- "Cô chủ quán ơi!".

Anh gọi đến 3 lần, cô gái mới giật mình, ngẩng lên, sững sờ nhìn Huy rồi định thần, đáp:

- "Xin lỗi ông, tôi ngủ quên. Cảm ơn ông đã gọi. Đêm nay lạnh quá, tôi cứ ngỡ là không có khách".

Ngừng một lát để quan sát ông khách đặc biệt, cô gái tiếp:

- "Thưa ông dùng gì ạ?".

Huy cho cả hai tay vào trong túi áo măn-tô, sửa lại tư thế ngồi, rồi đăm đăm nhìn cô gái, dò xét. Hình như cô hao hao giống một người, nhưng anh chưa dám tin vào đôi mắt trong ánh đèn mờ cùng trí nhớ có thể đã hao mòn theo tháng năm của mình. Càng về khuya, cái rét càng đậm, Huy bước ra khép kín cánh cửa ra vào. Trong quán chỉ có 3 người, nhưng cô nhân viên phụ việc vẫn còn say ngủ. Người khách lạ ngắn gọn:

- "Cô cho tôi cà phê phin đen".

Cô gái "dạ" rồi bước lại quầy chế biến. Huy nhìn theo, anh nhẩm trong đầu: "cũng thon thả cao, cũng mái tóc đen mượt, đôi mắt nhung như gợn sóng, đôi vai gầy như níu cả trời cao, đầy quyến rũ, thầm lén. Mình đã lớn tuổi nhưng mình không thể nhầm lẫn được! Rất giống với nàng…". Ký ức như đang ùa vào, nhảy múa trong đầu anh, vừa sinh động vừa buốt giá. Hạnh phúc và khổ đau lại quấn chặt vào nhau. "Phải chăng hôm nay trời cho ta cơ hội".

Cô gái bưng tách cà phê lại đặt xuống bàn, dưới ánh mắt của người đàn ông đang dán chặt lên da thịt cô, rồi định quay đi. Huy vội lên tiếng:

- "Cô hãy thong thả, xin mời cô ngồi, tôi có chút việc, muốn hỏi thăm cô".

Cô gái giữ nếp chủ-khách, vẫn đứng. Ông khách lạ nói như phân trần:

- "Cô cứ ngồi, không sao đâu, dù giữa đêm khuya, trong quán bây giờ chỉ có 2 người còn thức và một người đang ngủ, nhưng cô thấy đó, từ đầu, tôi vẫn tôn trọng cô. Câu chuyện của tôi hơi dài, nên cô đứng e không tiện".

Cô chủ quán ngại ngần, ngồi xuống ghế đối diện với khách.

Huy cầm thìa khuấy nhẹ vào ly, tiếng lanh canh khua vào không gian làm tăng thêm sự tĩnh lặng, bí ẩn, mơ màng. Anh thong thả:

- "Thú thật với cô, đây là lần thứ hai tôi đến quán này. Vẫn cái tên "Café không ngủ", nhưng bây giờ khang trang hơn, bài trí lịch sự và hiện đại hơn, và chủ quán là người khác , là cô… nhưng với tôi, cách đây 30 năm và bây giờ, dù vật đổi sao dời, tình cảm của tôi đối với nơi này vẫn không đổi".

Cô gái chăm chú lắng nghe, hình như cô thoáng cau mày khi nghe Huy nhắc đến từ "30 năm".

Huy đột ngột khẩn khoản:

- "Xin lỗi cô, không biết tôi có làm phiền cô nhiều lắm không, nhưng hôm nay tôi không thể giữ mãi một cái dấu chấm hỏi quá lớn, đã khắc khoải trong đầu tôi suốt 30 năm. Và có lẽ chỉ có cô là người có thể giúp tôi lật ngược dấu chấm hỏi đó".

Người đàn ông đôi mắt rực sáng và hình như cô chủ quán trẻ tên Thảo Nguyên cũng đang ngạc nhiên nuốt từng lời của người khách lạ.

Thời gian cứ chìm sâu vào đêm. Không biết người đàn ông đã hỏi những gì, nhưng sau đó người ta chỉ nghe thấy tiếng của họ trộn vào nhau, có khi đều đều, có khi dữ dội trong nước mắt. Từng giọt thời gian rơi vào không gian trắng, chết lặng, chỉ có hai người…

2. Sau khi thất thủ Ban Mê Thuột, Pleiku trở thành một chảo lửa chiến tranh, đang nóng lên từng giờ kể từ khi có lệnh rút bỏ Tây nguyên của chính phủ Sài Gòn. Có lẽ đây sẽ là một cuộc triệt thoái chưa biết hồi kết. Trên đường phố, từng đoàn xe tải và xe nhà binh nối đuôi nhau, lính đứng trên xe lăm lăm súng chỉa sang hai bên đường, sau xe còn kéo theo rơ-mót là những khẩu cối, pháo dính đầy bùn đất đỏ. Bên mép đường, cả một đoàn xe gắn máy, xe đạp thồ hàng, thồ người, tranh nhau chạy, đoàn xe nhấn còi inh ỏi. Hai bên vỉa hè người đi bộ gánh gồng đồ đạc thiết thân cùng những đứa bé ngồi trong thúng nang tre hoặc thau nhựa, những đôi mắt thất thần ngơ ngác. Nhiều người mẹ vừa chạy vừa gọi tên con đi lạc, gào khóc thất thanh. Thỉnh thoảng người ta nghe thấy pháo 122 ly nổ đâu đó, thật gần. Đi đâu, họ chưa biết, nhưng đành phải rời bỏ quê hương! Bi đát. Hoảng loạn. Tuyệt vọng.

Vì ngả xuống Qui Nhơn trên quốc lộ 19 đã bị bộ đội Bắc Việt cắt đứt nên đoàn xe và người chỉ còn hướng thị trấn Phú Bổn, về đường số 7, xuống thị xã Tuy Hòa, Phú yên. Bộ tư lệnh quân đoàn 2 quân đội miền Nam cho đoàn quân và người di tản rút chạy theo hướng này là đã rơi vào cái bẫy và ý đồ chiến thuật của phía bên kia, vì đây là con đường đường nhựa hai bên là rừng rậm, nhỏ hẹp bong tróc, từ lâu không được tu sửa, rất khó cho xe cơ giới di chuyển cùng lúc với hàng sư đoàn bộ binh và người bộ hành chen lấn nhau, họ đã liều đi vào chỗ chết để tìm sự sống. Người vợ trẻ quần áo rách bươm dìu người chồng máu me đầy người lê từng bước dưới làn đạn pháo truy đuổi, đứa đứa trẻ sơ sinh khóc thét, được bọc trong chiếc áo giáp của người lính nằm chết không lâu ở bên vệ đường…Oan khuất, hỗn loạn, phi nhân, không ai còn có thời giờ để nghĩ đến cái chết của người khác đang hiện hữu trước mắt.

Trong đêm trực chiến, Quang như ngồi trên lửa vì mất liên lạc với vợ. Tờ mờ sáng, vừa hết ca trực, anh nhấc điện thoại gọi lại về nhà như mọi khi, nhưng đầu dây bên kia, chuông cứ reo từng hồi dài, không có ai nhấc máy, chứng tỏ tổng đài dân sự, nhân viên đã không còn ai làm việc. Anh vội vã chạy ra cổng phi trường để về nhà, may ra còn kịp đưa vợ đi chuyến bay bằng trực thăng UH-1 cuối cùng vào 8 giờ, về sân bay Tuy Hòa do chính anh làm phi công trưởng.

Quang hớt hải chạy ra cổng phi trường, nhưng cổng đã đóng kín bằng mấy lớp rào kẽm gai. Anh tiến lại gần bót gác lên tiếng:

- "Thiếu úy cho tôi ra ngoài một lát rồi trở lại ngay".

- "Đại úy đã biết rồi, lệnh của chính Trung tướng tư lệnh vùng, là nội bất xuất, ngoại bất nhập, ai bất tuân, bắn bỏ!", viên sĩ quan binh chủng dù lạnh lùng đáp.

- "Nhưng vợ tôi bụng mang dạ chửa, từ đầu đêm qua tôi không liên lạc được với nàng, mọi người đã di tản khỏi thành phố, chẳng lẽ anh cam tâm để cho nàng khóc cạn nước mắt trước khi rũ chết một mình với đứa con sắp chào đời, trong cái thành phố hoang lạnh chết chóc này hay sao?".

Viên sĩ quan chỉ huy toán canh đăm chiêu một lát rồi nói:

- "Tình cảnh quá bi thiết, thật sự tôi cũng không cầm lòng. Thôi đại úy đi đi, nhưng nếu cấp trên phát hiện thì chúng ta cùng chết vậy, biết sao!".

Ra khỏi cổng sân bay, Quang cắm đầu chạy một mạch về nhà cách đó chừng vài cây số. Đến nơi, một cảnh tượng làm cho Quang rùng mình, tất cả mọi cánh cửa trong khu gia binh đều mở toang, trống hoác, không có một bóng người. Anh chạy vội vào nhà, mọi vật trong nhà vẫn còn nguyên, anh lục lọi mọi ngóc ngách, như thể người ta đi tìm kim, nhưng Thu Sương của anh thì biệt tăm. Hàng ngàn dấu chấm hỏi về nàng đang bủa vây anh. Nỗi cay đắng tuyệt vọng chặn ngang cổ, anh không nuốt nổi một giọt nước bọt. Ngơ ngẩn. Hoảng hốt. Vô vọng. Lạnh lùng như địa ngục. Anh mở tủ, quần áo và đồ dùng của Thu Sương chỉ mất mấy bộ đồ ngủ. "Thật kỳ lạ, không biết nàng đã đi đâu, theo đoàn di tản chăng, ai đưa nàng đi?...". Anh lẩm nhẩm rồi buông mình lên chiếc giường ngủ của hai vợ chồng, như muốn ôm chút hơi ấm của vợ mình còn sót lại, rồi ngồi gục mặt xuống đôi bàn tay, không khóc nổi, nhưng nước mắt cứ trào ra rơi xuống nỗi đau không tên tuổi, trùm lên hồn anh. Không biết ở một nơi xa vắng nào đó, Thu Sương có hiểu cho lòng anh lúc này hay không! Cuối cùng Quang đứng lên chiếc ghế, gỡ tấm ảnh chân dung chụp với Thu Sương trong ngày cưới. Rồi không hiểu sao, ôm tấm ảnh, anh vụt ra khỏi nhà, như một cái máy, miệng không ngớt, "Thu Sương ơi…Thu Sương ơi…, Thu Sương… anh đây, em ở đâu… con anh ở đâu…".

Quang cũng không biết mình đã chạy qua bao nhiêu dãy phố trong một thành phố đang chết dần. Thỉnh thoảng mới có chiếc xe gắn máy vụt qua. Trả lời cho tiếng gọi thất thanh của anh, chỉ còn là những tiếng đạn pháo từ xa vọng vào sự trống rỗng đến rợn người... Kiệt sức, cuối cùng, Quang dừng lại, hổn hển ngồi bệt xuống vỉa hè như một đứa trẻ: "Thế là hết, hết thật rồi. Ôi tạo hóa! Bàn tay của tạo hóa thì rất tài hoa, nhưng sao trò chơi của tạo hóa thì lại vô cùng khắc nghiệt và rồ dại, một trong số đó là chiến tranh". Quang bàng hoàng chua chát: "Đã có lần con chim sắt bị bắn hỏng máy, đáp khẩn cấp xuống giữa rừng, phải mò mẫm cả mấy ngày trong đói khát mới thoát ra khỏi hiểm nguy, nhưng chưa bao giờ ta thấy tuyệt vọng như hôm nay. Không biết cái địa ngục nơi âm phủ có khủng khiếp bằng cái địa ngục nơi trần gian giữa lúc này không?". Người sĩ quan Pilot, mới hôm qua còn mang đầy dáng vẻ kiêu hùng, mà lúc này lại thất thểu như một đứa trẻ, một tên lính bại trận trở về, một cái xác di động không hồn. Mặt cúi gằm, anh lê bước về hướng phi trường, trên người vẫn còn dính bộ quần áo phi công bó sát, ướt đẫm mồ hôi, hai bên đường là những dãy phố chết đứng hoang liêu đang bao vây anh, tang tóc, lạnh lùng. Thỉnh thoảng anh quay nhìn về hướng nhà mình: "Anh thật sự mất em rồi, Thu Sương!".

Màn sương trắng đục phủ một màu tang lên con đường trước mặt Quang.

3. Năm 1973, chiến tranh tràn về các vùng quê nghèo. Ở các vùng xôi đậu, không khí chết chóc đè nặng lên từng thôn làng, trong từng khoảnh khắc, khi thì anh du kích phơi thây ở bờ ruộng, khi thì ông trưởng thôn gục chết ở giữa sân một trường tiểu học, hay ở một sân ga lâu ngày bỏ hoang. Gần như không đêm nào dân làng không phải vùi nông những xác chết nơi gò đống, không cần bia mộ. Ít có cái xác nào được mai táng tử tế.

Để giữ lấy mạng sống, hầu hết các gia đình đều phải gom nhóp chút của cải dành dụm được từ từng giọt mồ hôi trên những cánh đồng cằn khô để đi về thành phố. Nơi ở mới của họ có thể là một trại tạm cư chật chội, tồi tàn, người may mắn hơn, thì được bà con đã định cư lâu ở nơi đó cưu mang. Gia đình Thu Sương cũng thuộc vào hoàn cảnh khó khăn đó.

Sau một năm định cư ở Pleiku, Thu Sương làm đám cưới trong nước mắt với Quang, một sĩ quan không quân, do một người bác họ mai mối, vì cô chưa thể nào quên Huy, một mối tình thơ ngây, thanh khiết như những giọt sương thu trên huyền thoại tên cô. Thu Sương chập chững bước vào cuộc đời làm vợ. Nhiều đêm, Quang đi trực, nàng một mình, lưng tròng nước mắt hướng về quê hương, không biết giờ này Huy đang lưu lạc nơi nào, còn nhớ đến nàng không?

Rồi đối diện với một chàng phi công điển trai, lịch lãm, hết sức si mê trước sắc đẹp thu hút, dịu dàng của vợ, Thu Sương cũng đã dành một một phần trái tim không lành lặn của mình cho chồng. Cô được chồng đáp lại tình yêu đó và cô đã tìm được hạnh phúc bên Quang.

Đã 8 giờ tối, không thấy Quang về, mà cũng không gọi điện, Thu Sương thấp thỏm trong lo âu tuyệt vọng. Nàng không biết là tại sao anh không về, mà cái điện thoại cũng câm lặng đến lạnh lùng! Cô không dám đi, vì nếu anh về thì biết tìm cô ở đâu! Hơn nữa từ sáng tới giờ bụng cô đã đau âm ỉ, nếu đi theo đoàn người di tản không có ai thân quen, lỡ sinh con giữa đường thì biết làm sao, lòng dạ Thu Sương như tơ vò…Linh tính mình sắp sinh đứa con đầu lòng, vì cơn đau bụng mỗi lúc mỗi nhặt, nàng mở tủ xếp một ít quần áo mặc ngủ và vật dụng cần thiết cho trẻ sơ sinh mà cách đây không lâu cô và Quang cùng đi sắm ở ngoài chợ.

Nửa đêm, cơn đau ngày càng dữ dội không ngớt hành hạ Thu Sương. Nhìn ra đường nàng chỉ thấy thỉnh thoảng một vài chiếc xe gắn máy vụt ngang qua nhà, cô quyết định phải cố lết đến bệnh viện, may ra đứa con trong bụng mới được cứu sống.

Lê bước được khoảng vài chục thước, cơn đau bụng làm đôi chân cô run, Thu Sương cắn môi, cố chống lại, nhưng không sao bước thêm được nữa. Cô đặt cái túi xách xuống đất, ngã người lên đó rồi chỉ còn biết ôm bụng lăn lộn. Trời đất quay cuồng trong đầu cô, không hiểu sao cô như nghe thấy tiếng Quang đang gọi mình trong giây phút ấy…

Thành phố khuya, lặng lẽ như một bãi tha ma không có mộ, trên cao chỉ có tiếng lá cây xào xạc, xa xa là tiếng động cơ của những phi đội trực thăng cuối cùng. Tuy đã giữa mùa xuân nhưng cái lạnh của mùa đông còn len vào hơi thở của một thành phố đang chờ chết. Quá nửa cư dân đã bỏ nhà cửa ra đi bằng bất cứ phương tiện nào kiếm được, những người ở lại đa số là dân quá nghèo, họ nghĩ, có ra đi cũng không sống nổi khi bom đạn chiến tranh vẫn còn tiếp tục đuổi theo.

Một chiếc xích lô lạc lõng giữa đêm khuya chạy ngang qua, thấy người đàn bà đang nằm co quắp rên rỉ bên đường, bác tài già, dáng đen đúa cằn cỗi, râu tóc hoa râm, vội dừng xe, thao tác nhanh nhẹn, đỡ người thiếu phụ dậy, thấy cái bụng bầu, bác chợt hiểu…Thu Sương chỉ kịp nói khẽ " bác đưa dùm tôi tới bệnh viện gần nhất, kẻo tôi chết mất". Người đàn ông vội đỡ thai phụ lên chiếc xích lô, cầm tay nàng đặt vào cái cần mui che bằng vải đã rách bươm, rồi hối hả cúi rạp người xuống cần lái, đạp nhanh về phía bệnh viện…

Bệnh viện vắng hoe, hành lang chỉ có vài chiếc bóng đèn tròn nhả ánh vàng thoi thóp. Bác xích lô đỡ thai phụ trên vai, vừa đi vừa gọi: "Cấp cứu…cấp cứu…". Nhích thêm khoảng mươi bước, bác nhác thấy ở cuối hành lang, hai cô gái mặc áo bơ-lu trắng từ trong phòng cấp cứu đi ra. "May quá", bác nói thầm trong bụng.

Sau khi đặt người đàn bà như gần hết hơi thở lên chiếc băng ca, bác xích lô gật đầu chào hai cô nhân viên y tế rồi lặng lẽ xách cái túi quần áo của một cô gái lạ, ra ngồi trên chiếc ghế đá như đang chờ bác ngoài hành lang, cẩn thận quàng cánh tay vào hai quai túi, gục đầu lên đầu gối lim dim ngủ…

Có tiếng một loạt súng trường đì đùng gần đâu đó, bác giật mình thức giấc, lầu bầu: "mẹ kiếp, bên này đi cả rồi mà". Bác nhìn ra ngoài, trời vẫn còn tối mịt, chỉ có mấy bóng đèn uể oải nhả ánh vàng xuống dãy hành lang vắng lặng, càng làm rõ thêm tiếng đàn muỗi đói vo ve. Có lẽ đêm qua chúng cũng no say nhờ tấm thân gầy như củi mục của bác. Nhưng rồi bác thầm nghĩ "không sao, chúng cũng cần phải sống!".

Người xích lô già lần bước về phòng cấp cứu, đẩy nhẹ cánh cửa, thò đầu nhìn vào trong. Cô y tá trực phát hiện người đàn ông đêm qua đưa thai phụ đến, vội đi ra hỏi:

- "Bác là người nhà của sản phụ?".

- "Dạ không, tôi đạp xích lô, vô tình đi ngang qua, thấy cô gái bụng bầu đang quằn quại trên lề đường, tôi vội chở cô đến đây. Nửa đêm, cô chỉ có một mình với cái túi quần áo, tôi biết cô không có người thân, nên tôi ngủ lại trên ghế đá ngoài hành lang, để xem cô ấy có cần tôi giúp gì nữa không".

Ngưng một lát, bác lại hỏi:

- "À, mà cô, mẹ tròn con vuông không?".

- "Tốt đẹp rồi, một bé gái, rất may là còn kịp". Cô y tá đáp.

Bác xích lô bỗng đưa mắt lên trần nhà như thầm cảm ơn một đấng quyền năng nào đó, bác chỉ sợ dại, rủi cô gái xinh đẹp kia phải ra đi, khi vượt cạn trong đêm lạnh lùng lửa đạn một mình.

- "Cô cho tôi gặp cô ấy một chút được không?", bác xích lô ngại ngần hỏi.

- "Được chứ. Nhưng bác phải rất khẽ, vì cô ta và đứa bé còn rất yếu. Đêm qua khi nhớ lại, cô ta có hỏi cái túi áo quần của mình", cô y tá trẻ, người nhỏ nhắn trả lời.

Người lái xích lô bỏ dép ngoài cửa, khe khẽ tiến về phía giường sản phụ. Bác lặng nhìn người phụ nữ tuy vừa vượt qua thời khắc thập tử nhất sinh, nhưng nét đẹp hiện lên khuôn mặt như một thiên thần, bất giác, không hiểu sao, bác lại thở dài…Bác quên bẵng lời dặn của cô hộ sinh, gọi khẽ "cô ơi". Thu Sương mở mắt, nhớ ra bác xích lô đã đưa mình đến bệnh viện đêm qua, ánh mắt như có ý tra vấn. Nhận ra nét bâng khuâng trong đôi mắt cô gái trẻ, bác cầm chiếc túi đưa lên rồi nói:

"Túi quần áo của cô, tôi giữ đây".

Thu Sương mừng ra mặt rồi nói:

- "Cháu cảm ơn bác đã cứu sống mẹ con cháu, ơn này cháu xin ghi trong dạ suốt đời".

Nàng thầm nghĩ bác xích lô già đã thay ông trời, mở ra một cánh cửa dẫn đến con đường sống cho mẹ con nàng đúng vào lúc nàng đang rơi vào tay tử thần. Bác xích lô xua tay:

- "Xin cô chớ nói đến chuyện nghĩa nhân, gặp tình cảnh của cô đêm qua, thì bất cứ ai cũng làm như tôi…".

Thu Sương như sực nhớ ra:

- "Ủa, mà nhà bác ở đâu, đêm qua bác không về, người nhà không lo lắng cho bác sao?".

- "Tôi làm gì có nhà, cũng chẳng còn ai là người thân trong thị xã này nữa". Ông cúi xuống im lặng. Người thiếu phụ nhìn ông, ánh mắt tra vấn xa xăm. Người xích lô hiểu ý, nói tiếp:

- "Một quả đạn pháo đã giết chết cả nhà tôi, vợ và 3 đứa con, trong khi tôi ra đồng, cách đây 2 năm trong một ngôi nhà tranh nghèo nàn ở một vùng quê Phú Yên". Mắt ông rơm rớm đỏ, tiếng nói nghẹn lại. "Không hiểu sao, tôi chỉ nghe một tiếng nổ của quả pháo, không biết từ bên nào, mà có đến 4 mạng người, thân xác đã phân thành từng mảnh. Tôi hoảng loạn. Hàng xóm bỏ đi hết. Sau khi chôn cất vội vã, nhà cũng không còn, tôi như người mất hồn, một gã khờ không còn hướng đi nào cho đời mình, chạy sảng lên đây định nương náu với người em họ. Nhưng cũng không ngờ, cậu em đã bán nhà đi Sài Gòn cách đó không lâu, tôi trở thành kẻ lang thang bất đắc dĩ…", ông già kết luận.

- "Vậy bây giờ bác ở đâu?", Thu Sương trở người, xót xa.

Người xích lô phân trần tiếp:

- "Tôi mua chiếc xích lô cũ, ban ngày đạp kiếm cơm, ban đêm làm cái giường lưu động đặt dưới các mái hiên rộng dọc đường phố. Một hôm, tình cờ tôi cứu cậu con trai của ông hiệu trưởng một trường trung học, bị tai nạn xe, thương tình, ông gọi cho ở tạm trong nhà kho chứa dụng cụ lao động của trường. Trong cái kho đó, tôi không có gì đáng giá, nên cửa bỏ thuông luông, đêm tôi có về hay không, cũng không có ai để ý".

Ra khỏi bệnh viện, mặt trời đã lên cao, đường phố im ắng, lác đác chỉ còn mấy chiếc xe đạp thoáng qua, cảnh tượng thành phố như đang lột xác. Ở các ngả tư, ngả ba, trước đây lính cộng hòa canh gác, bây giờ thay vào những cái lô cốt dựng bằng bao cát, là các toán lính phía cách mạng, áo màu xanh lá, mũ cối hoặc tai bèo, súng vác vai, chăm chăm vào người qua lại, vẻ nghi ngờ, dò xét. Bác Tư xích lô không đi thẳng về nhà Thu Sương như lời cô dặn, mà ngoặc về cái "nhà kho" để tắm rửa thay bộ đồ lâu ngày đã bốc mùi, và giải quyết cái bộ râu sầu đời chết tiệt của bác. "Đành rằng rồi cô gái sẽ cho mình một nơi tươm tất hơn để gửi thân, trong những ngày còn lại của cái mạng già, nhưng cái kho đó đã che mưa nắng cho ta gần 2 năm. Dù nó chỉ là một vật vô tri, nhưng ta không được hắt hủi", bác nghĩ.

4. Thu Sương nằm viện đã được nửa tháng, thiết bị y tế của bệnh viện cũng cạn dần vì phải lấy để chi viện cho chiến trường. Hôm nay, dù người mẹ và đứa bé vẫn còn yếu, nhưng lãnh đạo mới của bệnh viện quyết định cho nàng về. "Bản năng sinh tồn dạy cho ta được nhiều điều", nàng nghĩ. "Từ nhỏ giờ,

đâu có ai dạy mình cách nuôi con, thế mà chỉ cần bác Tư chỉ cho mình đôi động tác, nay thì cũng bớt lóng ngóng rồi”.

Sáng nay, sau khi sắp xếp lại vật dụng trong nhà cho nó ngăn nắp, phù hợp với một căn nhà có người nằm cữ , bác Tư khóa trái cửa, dẫn chiếc xích lô đã được lợp lại cái mui, đạp thẳng tới bệnh viện. Không hiểu sao, trong lòng bác thấy vui, bác cười thầm, triết lý: “Bom đạn đôi khi cũng có cái hay, miễn là nó không tàn phá. Nếu như ngày thường, trong cái đêm người thiếu phụ trẻ bỏ trống nhà, trong cơn đau, cho đến trưa hôm sau ta mới về khóa cửa, kẻ trộm đã không tha cho một cái rác nào”.

Quá nửa buổi, bác Tư hớn hở dắt chiếc xích lô lên lề đường, trên xe là mẹ con Thu Sương, thẳng vào căn nhà trong trại gia binh. Bỗng bác khựng lại, vì thật lạ, trên cái ổ khóa lại có dán thêm một tờ giấy, chữ to nguệch ngoạc: “nhà này thuộc diện nhà nước quản lý, không phận sự, cấm vào”. Cuối tờ giấy là con dấu đỏ chót với chữ ký của chủ tịch phường 10, Lâm Văn Thắng.

- “Bây giờ chỉ còn cách bác chạy lên phường gặp cho được ông chủ tịch tên Thắng, trình bày hoàn cảnh bi đát của tôi, may ra ổng thương tình cho người xuống mở cửa”, Thu Sương nói, dáng ủ rũ, ôm con ngồi bệt xuống nền xi-măng, tựa vào cánh cửa, nhìn bác Tư, vẻ mệt mỏi.

Mặt trời gần đứng bóng, một người đàn ông tuổi trung niên trong bộ quân phục xanh lá rừng, đeo bên hông một khẩu K54, đội mũ cối, trông khá oai vệ, gương mặt khắc khổ, cằm hơi lệch bởi một vết sẹo vừa mới lành da, theo bên là một cậu lính trẻ, vai đeo khẩu AK mũi chúc xuống đất. Cả hai lặng lẽ tiến về phía sản phụ đang cúi mặt che nắng cho đứa con bọc trong chiếc khăn lông trắng. Sau khi liếc nhìn dò xét, người cán bộ hất hàm hỏi:

- "Này cô gái kia, cô có yêu cầu gì với tôi?". Người thiếu phụ trẻ giật mình ngẩng lên ngơ ngác nhìn người cán bộ phường, bất ngờ, lạ lẫm. Trong khi đó, người sĩ quan quân quản là chủ tịch phường cũng khựng lại vì cái vẻ đẹp quyến rủ của cô gái "một con" vừa tròn đôi mươi. Hình như cả hai đều trải qua một thoáng suy nghĩ rất ấn tượng mà cũng rất mơ hồ. Cuối cùng cô gái rụt rè đáp:

- "Thưa cán bộ, đây là nhà của em. Nay em sinh con mới được nửa tháng, nếu nhà bị tịch thu, em bị đuổi, mẹ con em biết đi đâu!".

- "Chồng và người thân của cô đâu?" ông cán bộ hỏi.

Cô gái rơm rớp, nghẹn ngào:

- "Chồng em chết trận Dakto cách đây 6 tháng, người thân của em cũng theo dòng người di tản cả rồi, em cận kề ngày sinh nên không đi được".

Thu Sương tìm cách nói khác đi hoàn cảnh của mình.

- "Chồng cô khi chết, cấp bậc gì trọng quân đội ngụy?".

- "Dạ thưa cán bộ, hạ sĩ".

Đắn đo một lúc, rồi không biết vì thương cảm hoàn cảnh, hay vì sắc đẹp của thiếu phụ, người sĩ quan trẻ kéo anh lính ra chỗ khác, nói: "Đồng chí xé niêm phong cửa đi, trong hoàn cảnh này, vì lý do nhân đạo, ta chưa thể đuổi cô ta đi được".

Với lý do là không thể đuổi một sản phụ cùng đứa trẻ sơ sinh ra khỏi nhà khi tiếng đạn bom còn lẩn khuất đâu đó trong cái thành phố đang cạn kiệt từng ngày, người sĩ quan chủ tịch phường trẻ tuổi tuần nào cũng đến thăm và "làm việc" với Thu Sương về nhân thân của cô, vừa ra vẻ thương cảm, ve vãn, vừa đe dọa, kể công.

Rồi ngày tháng cũng mặc nhiên đè lên thân phận con người. Một năm trôi qua, ông chủ tịch phường ngày càng đắm đuối vẻ đẹp của Thu Sương, đồng thời cô cũng dần rơi vào cảnh khốn cùng vì chút ít tiền dành dụm đã hết sạch cho việc nuôi con. Khi đôi mắt của người sương phụ càng quầng thâm, buồn sâu thẳm, thì nó cũng càng hốt hồn người thanh niên đã từng lăn mình vào khói lửa chiến tranh gần hai mươi năm mà chưa biết hưởng chút hơi hám của một người đàn bà đài các như nàng. Ông đại úy chủ tịch phường bỗng chơi vơi trong cái hố tình không đáy do chính mình tạo ra. Từ đấy ông đẩy người xích lô già lâu nay vẫn cơm nước hầu hạ người sản phụ non yếu ra khỏi nhà và biệt phái một người lính thân tín đến giúp đỡ Thu Sương. Ông cắt một nửa tem phiếu của mình để nuôi sống mẹ con nàng.

Chuyện ông Thắng "hủ hóa" với vợ "lính ngụy" được ông khéo léo giữ kín như vật trong lu. Việc ông lui tới nhà Thu Sương chỉ diễn ra vào ban đêm và cũng đã có người lính thân tín kia che tiếng cho ông. Sau một năm, ông được thăng chức lên làm phó chủ tịch thị xã, phụ trách nhà đất, nhờ đó ông lại càng có điều kiện để thực hiện ý định chiếm đoạt trái tim và cuộc đời Thu Sương. Nhiều lúc ông thầm nghĩ: "Phải chăng đời mình đã hy sinh quá nhiều cho cuộc cách mạng này, thậm chí trong đầu ta còn mấy mảnh đạn pháo chưa được gắp ra, cuộc sống của ta có thể bị di chứng của chiến tranh cướp đi lúc nào không biết. Hôm nay ông trời ban tặng Thu Sương cho mình thì đó cũng là lẽ công bằng, và tổ chức cũng có thể thông cảm được".

Thế rồi chuyện gì đến, cũng phải đến. Sau khi tổ chức thôi nôi cho bé Thảo Nguyên, đêm đã khuya, nhưng ông Thắng không chịu ra về. Thu Sương nài nỉ:

- "Mẹ con em đội ơn anh nhiều lắm. Dù anh không phải là bố đẻ của Thảo Nguyên, nhưng gần một năm nay, nó đã sống dưới sự che chở của anh…". Cô ngập ngừng:

- "Em là thân phận gái có chồng, đã trải qua đôi lần rách nát con tim…, còn anh là trai mới lớn, lại có chức quyền, ta gặp nhau trong nỗi trớ trêu của con tạo, em nào có xứng với anh, xin anh suy nghĩ lại. Anh về đi, đừng gây khó cho nhau nữa".

Ông Thắng chìm vào nỗi suy tư đầy chất đắng trong đầu: "Ta sinh ra và lớn lên từ một làng quê nghèo với mái lá, con trâu, củ khoai và giông bão. Khi miền Nam có truyền hình thì quê ta cũng chỉ nghe tin tức từ những loa phóng thanh gắn trên trụ điện bằng tre cuối xóm. Nhưng hôm nay ta là kẻ chiến thắng, cái xã hội gọi là văn minh kia lại phải trốn chạy. Thế mới hiểu vì sao một dân tộc du mục, sống trong các chiếc lều bằng da thú và trên yên ngựa, cả mùa đông lẫn mùa hè, của nước Mông Cổ lạc hậu đó, lại chinh phục được nửa châu Âu văn minh và san phẳng đế chế của triều đại nhà Minh Trung Hoa. Phải chăng lạc hậu lại chiến thắng văn minh, có lẽ không phải như thế nhưng chân lý của sự chiến thắng nằm ở đâu thì ta không lý giải được, hình như nó chứa đầy nghịch lý! Ông phó chủ tịch quận cười trong bụng vì cái triết lý chiến tranh thô kệch và ngộ nghĩnh của mình. Còn sự nghiệt ngã và sự bừng tỉnh của buổi sáng hôm ấy thì sao? Một sản phụ, vợ của một tên lính ngụy tử trận sao lại có cái vẻ đẹp hút hồn điên dại đến như thế. May mà ta đã khéo che đậy. Nhưng chưa biết bao giờ cái kim trong bọc sẽ lòi ra, và 20 năm lăn vào bom đạn của ta sẽ đổ vào cái hầm cống nào trong cái thành phố cao nguyên này? Tình yêu lãng mạn trong cái xã hội này là một tội lỗi, một thứ sản phẩm của tư duy tư sản băng hoại, phù phiếm. Tình yêu chỉ có trên nương rẫy, trên đồng ruộng, trong nhà máy, trên chiến hào và người đang yêu chỉ có quyền nói, khi họ đang cầm cuốc, cầm búa và cầm súng. Tình yêu làm gì có giữa hai con người ở hai bên chiến tuyến? Ta đã dám tiến lên trước họng súng của kẻ thù, nhưng hôm nay lại phải quỳ gối trước con tim đang thổn thức của mình, đó chẳng phải là một nghịch lý nữa hay sao!".

Ông Thắng mỉm cười, vừa chua chát, vừa tự bỡn cợt mình, rồi quay sang Thu Sương:

- "Có lẽ, hôm nay, anh không nên tiếp tục lừa dối chính mình và với em nữa".

Ông ngồi sát lại, đưa tay nắm lấy tay người thiếu phụ tuổi mới đôi mươi:

- "Thu Sương ơi, anh đã si mê em ngay từ giây phút đầu gặp em vào cái buổi sáng định mệnh ấy. Hình bóng em cứ quấn chặt lấy anh như một một hình tượng liêu trai, dù có súng đạn cũng khó mà đuổi nó đi. Em đã làm cho anh nhận rõ ra sự phi lý của cuộc đời và nỗi cô đơn cùng cực mà anh đã gánh chịu trong suốt 20 năm, dưới làn bom đạn, cơm vắt và ngủ rừng. Sự xung đột không khoan nhượng giữa quyền uy với sắc đẹp và tình yêu".

Thu Sương cúi mặt, hai hàng nước mắt bỗng dưng lăn dài xuống đôi gò má ửng hồng non tơ. Một nỗi dày vò xuyên qua trái tim nàng:"Tình yêu không thể là sự đổi chác, ta chưa hề yêu Thắng, ta hiểu rõ trái tim ta. Trong cơn khốn cùng, Thắng đã nhẫn nại bao vây, bắt ta, một sương phụ chưa tới tuổi nửa chừng xuân phải chịu ơn anh. Ta ôm đứa con thơ còn đỏ hỏn trên tay, đời đã buộc ta phải lựa chọn giữa cái sống và chết. Nhưng ta cũng không thể từ chối quá khứ. Hình bóng của Quang luôn hiện về, đêm đêm ôm chặt lấy ta, thơ mộng và kiêu hùng. Quang đã để lại trên thân xác trinh trắng của ta những dấu ấn thật ấm áp dịu dàng, có khi hừng hực lửa, những phút giây mà ta biết mình đang hiện hữu giữa trần gian, không thể phai mờ trên từng phần da thịt".

Nàng nói như rên rỉ:

- "Anh ạ, em không hiểu trong tình yêu của anh có xen lẫn quyền uy hay không! Nếu có, thì anh đã tự ngộ nhận và tự lừa dối mình, còn em chỉ là sự khuất phục, chứ không phải là tình yêu.Tình yêu của em chỉ có thể để đổi lấy tình yêu, chứ em không đổi lấy áo cơm và quyền lực".

- "Anh không hề dùng quyền lực để đổi lấy tình yêu của em".

- "Vậy thì anh hãy chờ đợi. Chờ đợi cho đến khi nào trái tim em mách bảo rằng, anh thực sự yêu em chứ không phải là dùng quyền lực để ban ơn. Hãy chờ đợi, vì đàng sau bóng đêm là bình minh chứ ko phải là hoàng hôn".

- "Vâng, anh sẽ chờ đợi. Anh cảm ơn cuộc đời đã trao cho anh một thiên thần mà anh nghĩ đời anh không bao giờ có được".

Đêm chìm vào khuya. Bé Thảo Nguyên đang ngủ say, Thắng ngồi sát bên Thu Sương trên chiếc giường gỗ, anh buông tay nàng ra rồi cúi gục đầu lên hai bàn tay mình... Ngoài kia, thành phố cũng lặng lẽ trở mình trên sự đổ vỡ, hoang mang.

5. Hai năm, sau khi dò biết Quang đã cùng đồng đội bay qua Thái Lan trong những ngày cuối của chế độ Việt Nam Cộng Hoà, và Huy thì như đã lùi xa vào dĩ vãng, vệt máu đã hằn khô trong tim nàng, một tình yêu tuổi trăng tròn, Thu Sương an phận với cái quán

nước nhỏ đã sang lại của một người khác, để kiếm sống qua ngày. Dù cuộc sống đã ổn định hơn, nhưng khi có thời gian để lắng nghe nỗi lòng, cô lại thấy nó lạc lõng, trống không. Trong khi đó ông phó chủ tịch Thắng vẫn kiên trì chờ đợi…

Cho đến một ngày ông Thắng phát hiện ra có nhiều người quyền chức đến quán cà phê của Thu Sương trồng cây si tới nửa đêm mới chịu về, ông vội báo cáo với tổ chức và cơ quan, xin cưới Thu Sương làm vợ. Từ đó không ít lời ra tiếng vào: "Một nhà cách mạng thứ thiệt, ông thiếu tá phó chủ tịch thị xã mê cô vợ của một anh lính ngụy tử trận, có sắc đẹp mê hồn", nhưng ông đã bất chấp. Trong tổ chức cũng có người khuyên ông nên nghĩ đến con đường hoạn lộ đang thênh thang trước mặt mà từ bỏ mối tình ngang trái ấy đi, nhưng ông nhất quyết đi theo lý lẽ của con tim mà lâu nay ông đã bỏ quên, nhưng nó vẫn kiên trì đập trong lồng ngực mình. Ông không muốn chạy theo thứ hư vinh không biết ngày nào trận cuồng phong tranh giành quyền lực sẽ cuốn đi. Có những lúc hoang mang, ông nhớ lại cái triết lý của thằng bạn nhà quê thời trung học: "Tình yêu là vĩnh cửu, còn quyền lực là phù vân". "Hắn nói đúng, nàng là hơi thở, là lẽ sống của cả cuộc đời ta. Ta thà bỏ tất cả chứ không thể bỏ nàng vì giờ đây nàng đã là của ta", ông thiếu tá cán bộ thành phố nghĩ thầm. Hai mảnh đạn pháo vẫn còn nằm im trong đầu ông, lâu nay là cái bùa hộ mệnh cho sự nghiệp chính trị của ông, nhưng nay, muốn đẩy ông xuống hố, người đồng chí của ông cũng có thể chỉ ra hai cái bùa mê mà Thu Sương đặt vào tim ông, để rồi kết luận ông là kẻ hủ hóa, biến chất. Lường trước những rủi ro có thể xảy ra, phòng khi ông bị đá văng ta khỏi tổ chức, ông đã chỉ đạo cho đàn em hợp thức hóa cho Thu Sương căn nhà trong khu gia binh cũ và cấp cho ông một căn khác mặt tiền đường phố, nhà của một quan chức chế độ cũ đã bỏ chạy.

Trong 5 năm trăng mật với ông thiếu tá phó chủ tịch thị xã, dù hình ảnh của Huy và Quang vẫn không mờ nhạt trong lòng Thu Sương, nhưng nàng luôn cố tỏ ra rằng mình rất hạnh phúc. Nàng trở thành ngôi sao sáng chói trong hàng ngũ vợ của cán bộ trong thành phố. Ông Thắng biết rất rõ điều đó. Theo lời dặn của ông, nàng không dám son phấn chưng diện trong các buổi lễ tiệc, nhưng nàng cũng vẫn làm cho hàng quan chức thành phố phải ngoái đầu nhìn theo, một cách thèm thuồng, kinh ngạc, rồi họ ghé vào tai nhau xầm xì ganh ghét. "Vợ của một tên ngụy quân!", câu cửa miệng của họ là vậy, và sau đó là những ngọn giáo chỉa vào lưng ông Thắng. Nhưng nghiệt nỗi ông lại là một sĩ quan thương binh có nhiều huân huy chương, vừa là con liệt sĩ, nên họ chưa thể làm gì được.

Năm nay, bé Lâm Trường Sơn, đứa con chung của Thu Sương và ông Thắng lên 6, phe ông chủ tịch thị xã thắng thế trong thị ủy, lại có kẻ phát hiện Thu Sương không phải là vợ của một hạ sĩ lính cộng hòa tử trận mà là vợ của một đại úy phi công trốn chạy trong ngày 17-3. Ông bị các đồng chí của ông kiểm điểm, gán cho ông cái tội bao che cho vợ kẻ thù, lập trường quan điểm thiên hữu, phản động. Ông bị đẩy xuống làm một chân cán bộ quèn trong phòng Thương binh xã hội, chẳng còn chút quyền hành gì. Ông Thắng chua chát: "Kẻ thù thì đã bỏ đi hàng chục năm rồi, nhưng chúng gửi lại cái bóng trong đầu của các đồng chí của ta, bây giờ ta là kẻ thù của họ, nhưng còn ai là kẻ thù của ta?". Rồi ông ngậm ngùi: " Thương cho Thu Sương, một cánh hoa trang đài hiền thục, mới đôi mươi đã bơ vơ trước làn tên mũi đạn. Nàng như giọt "sương thu" buổi sớm mai trên cành, không có tội lỗi gì. Giá như hôm đó ta đuổi nàng ra khỏi nhà với đứa trẻ sơ sinh trên tay thì không biết dòng đời sẽ đưa nàng về đâu? Vậy là bàn tay nghiệt ngã của tạo hóa, đôi khi cũng phải có điểm dừng".

Rồi chỉ ba năm sau, ông Thắng có quyết định về hưu non do thành tích chiến đấu và là thương binh. Ông cảm thấy hụt hẫng, biết mình bị "đẩy", nhưng đó là quyết định của tổ chức, một thói quen của tổ chức, không ai có quyền khiếu nại.

Ngày về vườn của một người từng có quyền thế của thành phố mà không có lấy một bữa tiệc chia tay, ông Thắng cảm thấy vừa đau buồn, vừa uất ức vì sự bạc bẽo đến bỉ ổi của quan trường. Dù được Thu Sương ân cần chia sẻ, nhưng ông Thắng chưa thể quên đi phong cách của một kẻ quyền thế, được người khác khom lưng cúi đầu. Trước đây Thu Sương là cái bóng của ông, bây giờ thì ngược lại. Hàng ngày ông chỉ quanh quẩn bên vợ, bạn bè thưa dần, không còn ai mời mọc, săn đón, chỉ có lời xì xào ganh ghét ở sau lưng.

Nổi tiếng là một bà chủ quán cà phê có sắc đẹp mặn mà nhất thành phố, quán nàng ngày một đông khách. Điều đó không những làm cho ông Thắng không vui mà còn thêm lo lắng, nhất là khi thời gian đã điểm bạc mái tóc ông và mảnh đạn trong đầu càng làm cho cái cằm của ông thêm méo lệch. Nhiều lúc chứng kiến cảnh những chàng trai non tơ lịch lãm nói chào tâng bốc Thu Sương, ông đã nhíu mày khó chịu, dù ông thấy vợ ông ứng xử rất đúng mực với phong cách của một người đàn bà có chồng. Từ đó ông đâm ra trầm ngâm tư lự. Ông bắt đầu mượn rượu để giải sầu, bước ngoặc cuộc đời của một người đã từng thét ra lửa, là mẫu mực, là biểu tượng của chế độ mới. Nhưng đó lại là nỗi ám ảnh thường trực cả cuộc đời còn lại của Thu Sương. Gần như đêm nào cũng vậy, sau giờ đóng quán, là nàng phải giải quyết căn phòng nồng nặc mùi rượu thịt từ con ma men thải ra. Nàng ôm ngực, vừa ràn rụa nước mắt, vừa đè nén cơn nôn đang cuồn cuộn trong ngực nàng. "Có ngờ đâu, ngày ấy chính Thắng đã ra lệnh cho tên lính mở cho ta cánh cửa của sự sống, bây giờ cũng chính anh đang dần khép nó lại, ta đang bước đi trong bóng đêm của ảo tưởng vinh quang", nhiều lúc nàng nhủ thầm chua chát.

Không khí trong nhà dần trở nên tẻ nhạt, trống rỗng. Ngoài kia người ta vẫn chỉ bàn đến chủ nghĩa, nghèo đói và chiến tranh. Một sự hối hả thầm lặng lướt qua khuôn mặt xã hội. Bo bo, củ khoai, vượt biên, cuộc chiến biên giới phía Tây Nam và phía Bắc bỗng thành đề tài ăn khách trong các trang báo. Thu Sương mất phương hướng. Ba người đàn ông đã bỏ nàng ra đi băng những cách khác nhau, một người đi tìm lối để thoát ra ngoài cuộc chiến, một người đang trong cơn binh lửa, và một người nữa dù sống trong cùng một ngôi nhà nhưng đã như không còn hiện diện trong cuộc đời nàng. Người đàn bà chưa tới nửa chừng xuân bỗng thấy mình vô gia đình, trong hồn nàng chỉ còn nỗi cay đắng cô đơn, một cái hố đen không đáy. Phải chăng nàng đang chạy trốn trong chính tâm hồn mình!

6. Thu Sương lần theo thư mục "Thơ văn trong nước" trên giá sách của thư viện phố núi, nàng dừng lại "mục thơ" và rút ra một quyển. Tựa tập thơ "Dấu chân trên sa mạc". Thấy tựa lạ, cô liếc nhanh tác giả, Nguyễn Ngọc Huy. Cô hơi sững: "chẳng lẽ trùng tên?". Cô lật sang bìa 2, hình và sơ lược tiểu sử tác giả. "Ôi, đúng rồi, anh còn sống! Bây giờ là một nhà thơ". Cô áp đôi bàn tay cùng tập thơ lên ngực, mặt ngước lên trời, như người ta đang cầu nguyện. Phút giây kỳ diệu lướt qua cuộc đời . "Người về từ cõi mộng trăm năm", một chút mật ngọt chảy qua tâm trí nàng. Thu Sương cố tìm nơi đang ở của Huy, nhưng chỉ biết địa chỉ của nhà xuất bản. Cô ra về, trong lòng ngổn ngang những nỗi đời. "Rồi ta cũng sẽ tìm ra…", cô nhẩm trong đầu.

Từ đó, đêm nào, sau giờ đóng cửa quán, Thu Sương cũng nằm say mê nuốt từng lời thơ của Huy. Thăng đi nhậu về với điệu bộ chệnh choạng, say mèm, nôn ói và lảm nhảm. Cô bất đắc dĩ phải dụ cho anh uống những viên thuốc an thần. Cuộc sống của nàng bắt đầu lơ lửng, gầy guộc, nhức nhối, giữa địa ngục của hơi men và thiên đường của những bài thơ tình cháy tim cháy ruột. Sau từng đêm vật lộn với rượu và thuốc ngủ, sáng nào thức dậy ông Thăng cũng ôm đầu vật vã trong cơn đau. Lần hội chẩn đầu tiên, bệnh viện cho biết ông bị hai mảnh đạn trong đầu kết hợp với rượu đã gây nên những cơn đau ác tính, nếu phẫu thuật thì tỉ lệ thành công là rất thấp, bệnh nhân khó giữ được mạng sống hoặc phải nằm liệt suốt đời. Giải pháp tối ưu là bệnh nhân phải bỏ rượu và dùng thuốc an thần. Mỗi lần ông Thắng lên cơn, Thu Sương rất hãi hùng, nhưng nàng không dám quyết định có nên giải phẫu hay không. Nàng chỉ biết van xin chồng đừng uống rượu nữa. Nhưng thật vô ích, con ma men đã mỉm cười khinh bạc, chế giễu nàng.

Kể từ khi ông Thắng phát hiện Thu Sương say sưa đọc tập thơ "Dấu chân trên sa mạc", ông đã tìm ra người yêu của nàng từ tuổi học trò là Huy, bây giờ là nhà thơ đang còn sống và khá nổi tiếng, có nhiều bài thơ phổ nhạc, hát trên đài. Vậy là ngoài cái di chứng của chiến tranh và những cơn ngất ngư của Lưu Linh truyền lại, ông còn mang thêm cái máu đàn bà, máu của Hoạn Thư. Không đêm nào là ông không lè nhè tra vấn những câu thô bỉ, vô nghĩa: "hồi đó cô quen thằng nhà thơ đó như thế nào, hai người đã có gì với nhau chưa, thơ của hắn chỉ toàn rên rỉ vì nhớ người yêu cũ". Rồi ông tưởng tượng xa hơn "Chắc là cô đã gặp lại hắn, gần đây tôi thấy cô ngơ ngẩn, chết lặng hàng giờ". Thu Sương thầm nghĩ: "anh ta càng gợi cho mình nhớ Huy hơn, rất da diết!". Những câu thơ như:

> *"Bây giờ anh xa em*
> *Một nỗi đau thầm lặng*
> *Anh viết lên vầng trăng*
> *Huyền ngôn đời thăm thẳm"*

đã làm rờn rợn trên da thịt cô, và nỗi đau thắt ruột. "Huy ơi, dòng sông đã chia hai ngả tự bao giờ? Anh bây giờ ra sao, ở đâu? Trong tập thơ đó, anh chỉ viết cho tình yêu của chúng ta, và từ đây anh lại dạy cho em thứ ngôn ngữ không lời để nói về tình yêu của em. Nỗi nhớ đang hành hạ em và em hoang mang đến cùng cực".

Hôm nay, đã quá 11 giờ đêm, ông Thắng mới về nhà. Ông cố bò lên gác, hai tay ôm đầu nhưng không lảm nhảm như trước. Thu Sương vẫn ngồi đọc sách như thường lệ, Trường Sơn ngồi bên cạnh học bài. Ông Thắng gầm lên:

- "Vẫn là thơ, vẫn là thằng khốn kiếp đó. Nó trở về cướp cô khỏi tay tôi".

Thu Sương hốt hoảng:

- "Không anh ơi! Chỉ là thơ thôi mà. Em vẫn là vợ của anh. Hàng ngày em vẫn lo chu đáo cho anh!"

- "Cô chỉ còn cái xác, mỗi ngày cơm nước cho tôi, còn cái hồn, cô đã giao cho hắn. Cô khinh tôi là một thằng thương binh nát rượu, bây giờ trở thành gánh nặng, cái bóng ma trong đời cô!".

- "Không đâu anh ơi, hồn xác em vẫn là của anh".

- "Láo…láo… cô tưởng cô lừa được tôi hay sao? Mảnh đạn trong đầu đã gắn liền với số mệnh của đời tôi. Hôm nay tôi không muốn sống trong trái tim trống rỗng của cô nữa, và tôi cũng không muốn trao cô cho hắn, cô phải đi theo tôi đời đời kiếp kiếp, vì sao cô biết không, vì tôi mãi mãi yêu cô, dù sang bên kia thế giới, tôi vẫn cần có cô".

Trong cơn điên loạn vì ghen, đầu lại đau như búa bổ, ông Thắng chạy lại giật tung cánh cửa hộc tủ nhỏ ở đầu giường, lấy ra khẩu súng ngắn chỉa thẳng vào Thu Sương. Nàng quỳ xuống đất, vái lia lịa "Anh ơi hãy để em sống nuôi con, em van anh…". Bé Trường Sơn nhào tới ôm cha, nhưng súng đã nổ, bé ngã ngược lại phía sau, còn Thu sương gục xuống ôm ngực ràn rụa máu.

Ông Thắng chỉa họng súng vào đầu, nhưng có lẽ vì tay run, viên đạn trượt, bay thẳng lên trần nhà, làm sướt da đầu, máu tuôn xối xả. Ông còn bấm cò lần cuối nhưng súng đã hết đạn.

Vở bi kịch về cuộc hôn phối của thiên đàng và địa ngục, giữa "thua cuộc và thắng cuộc", giữa tình yêu và quyền lực đã kết thúc với sự ra đi tức tưởi của hai mẹ con người thục nữ mệnh bạc, sau 20 năm đất nước hòa bình. Người cán bộ, người thương binh, điên loạn trong trại tâm thần cũng đi theo đồng đội về bên kia thế giới không lâu sau đó. Người ta không biết phải tiễn ông theo nghi thức nào, nghi thức của một anh hùng quân đội hay của một tên tội phạm giết người? Sự nghịch lý của cuộc đời vẫn không buông tha cho loài có sẵn nụ cười và tiếng khóc…

7. Bằng đôi bàn tay xòe, Huy đưa 3 nén nhang lên tầm trán, thì thầm trong đầu: "Thu Sương ơi, hôm nay anh gặp lại em cũng là lúc âm dương vĩnh viễn chia cắt đôi ta. Anh chưa bao giờ tưởng tượng nổi điều này. Những hy vọng và ước mơ của anh trong suốt 30 năm, giờ đây thực sự đang quằn quại dưới dấu chấm hết mà bàn tay vô tình của thượng đế đè xuống đôi ta… Những vần thơ anh viết cho em từ bây giờ cũng chỉ lơ lửng cùng mây trời quanh quẩn nơi nghĩa trang hoang lạnh này. Có lẽ không còn ai dám đổ cho số mệnh đâu em, tất cả đều có từ một hiện hữu rất khắc nghiệt, chiến tranh. Những bi kịch trong xã hội ngày nay cũng là do những mảnh đạn sót lại trong từng ngõ ngách của cuộc đời mà có lẽ còn lâu dân tộc này mới gặp ra hết. Thôi em nhé, xin hãy chờ anh". Sau lời nguyện, anh nhìn sâu vào đôi mắt đen thăm thẳm trong tấm di ảnh khắc lên bia mộ và có cảm giác như Thu Sương đang đứng cạnh anh, chứ không phải là đứa con gái của nàng.

Huy nắm tay Thảo Nguyên lặng lẽ bước đi dưới hai hàng thông ngậm ngùi vi vu trong gió. Ra khỏi nghĩa trang, hai người hướng về phía Biển Hồ, nơi mà cách đây không lâu, trong một đêm thu, một mình trên chiếc thuyền nang, anh linh cảm đôi mắt nàng nơi đáy hồ trong xanh thăm thẳm.

Mặt trời chạm xuống đồi núi phía tây, những dải nắng cuối cùng lướt trên mặt hồ như những thanh kiếm bạc lung linh huyền ảo, cố níu một vẻ đẹp hoang sơ mà tạo hóa đã dành ban tặng cho một vùng cao nguyên kỳ vĩ, như một bức bích họa mà Thượng Đế đã vẽ trên nền trời xanh. Màn đêm đang phủ lên vùng sơn thủy u tịch đầy tính lãng mạn của thiên nhiên ở nơi này, thời gian sau, người ta lại thấy một thiếu nữ thướt tha xinh đẹp trong chiếc váy đầm dài phủ chân, đôi mắt sâu đen như chứa cả bầu trời vùng cao nguyên thơ mộng, bước xuống một chiếc thuyền nan, rồi chèo ra giữa lòng hồ. Không ai hiểu được mục đích của cô gái, người ta chỉ thấy bóng của nàng in trên nền trời đêm như nữ thần tình yêu Aphrodite trong bức tranh thần thoại Hy Lạp. Có khi nàng lại nằm úp mặt lên mặt nước hồ tựa như một tấm gương đêm, chi chít những vì sao xa tít, ngắm mãi đôi mắt của người đàn ông huyền thoại ở dưới đáy hồ, giống câu chuyện nàng tiên đi tìm đôi mắt chàng Narziss của Oscar Wilde.

Chạy Trốn

Có lẽ không có ai dám nói là mình có thể định nghĩa đầy đủ, thế nào là sự bất hạnh lứa đôi trong cuộc nhân sinh. Nhưng chắc chắn sẽ có ai đó tự cho rằng, mình có thể đã cảm nhận đầy đủ nỗi bất hạnh đó từ cái hạt bụi nhỏ nhoi ở trọ này. Cho nên, khi mở đầu tác phẩm bất hủ Anna Karênina, Léon Tolstoi đã nói rằng "Mọi gia đình hạnh phúc, họ đều sung sướng một cách như nhau, nhưng mỗi gia đình bất hạnh, họ lại có một kiểu đau khổ riêng".

Đã tám giờ sáng, nhưng nàng không thể nào nhấc nổi cái đầu ê ẩm, nặng như chì, lên khỏi gối. Nỗi bơ vơ lạc lõng lạnh giá đang bao trùm căn phòng. Nhìn lên trần nhà, nàng thấy hình như cái quạt đang quay tít, nhưng thực ra nàng đã tắt từ đầu hôm, vì cảm thấy lạnh.

Nàng cố moi trong trí óc nhỏ nhoi và thương tật của mình để tìm cho ra cái nguyên nhân mình bị đánh một cách tàn nhẫn đến như vậy. Đôi bàn tay hộ pháp lực lưỡng, tha hồ nhả những cú đấm như mưa xuống đầu nàng, thỉnh thoảng tóc nàng bị lại kéo giật mạnh, nàng cứ tưởng nắm tóc trên đầu nàng sắp bong khỏi da đầu rồi bay đi mất, hai cánh tay nàng bị hai đầu gối đè mạnh, thân thể nàng cứng ngắt, không thể nào còn cựa được, hơi men nồng nặc phả xuống mặt nàng, nàng muốn ngộp thở, nàng chỉ còn cách thét lên và van xin trong đêm tối một cách tuyệt vọng: " vì các con, hãy tha chết cho tôi", nhưng hình như tên đệ tử của Lưu Linh không còn nghe thấy gì.

Có lẽ hắn cũng đã thấm mệt. Người đàn ông bỏ về phòng mình rồi lăn kềnh ra ngủ. Nàng nằm lả, sõng soài như chết.Trên gương mặt thanh tú và đa cảm, làn da trắng mịn, loang lổ những vết bầm mà nàng chưa bao giờ nghĩ đến, nàng nhấc cánh tay sờ lên đầu, xem thử mái tóc màu hạt dẻ mà có lần nàng đã tự mỉm cười trong gương, bây giờ có còn không!

Dựa vào chút hơi thở còn sót lại, nàng cố trấn tĩnh và tự hỏi, đây có phải là một trận đòn thù, và là trận đòn thứ mấy, mà tấm thân mảnh mai yếu đuối của nàng gánh chịu?

Không, không thể được, nàng chưa bao giờ làm gì để phải nhận một trận đòn thù, một suy nghĩ hụt hơi thoáng qua đầu nàng. Mỗi ngày, sau những giờ nàng phải hoàn thành nhiệm vụ ở công sở và làm thêm để kiếm đủ tiền nuôi con, trang trải những chi phí tối thiểu cho gia đình, nàng đã làm tất cả công việc nhà, từ giặt giũ nấu nướng cho đến việc vệ sinh nhà cửa. Người đàn ông gia trưởng ấy chẳng làm gì cả, vì tự cho mình là giòng dõi vua chúa, quý tộc. Cái tội lớn nhất và cũng là nỗi đau lớn nhất dính chặt vào đời nàng, có lẽ là thượng đế đã không ban cho nàng chút niềm vui nào, và nụ cười gần như không bao giờ chịu nở trên môi đầy vẻ gợi cảm ấy. Nàng trở thành một chiếc bóng di động, lầm lũi, thầm lặng và cô đơn, hiện lên một khuôn mặt đầy vẻ lạnh lùng, vì thế hắn nghĩ rằng nàng khinh hắn.

Đêm nay, bãi biển hoang sơ, không có một bóng người. Ánh trăng thượng tuần vẫn vô tình và lặng lẽ hôn lên những con sóng muôn đời trải mình trên bờ cát, gửi những tiếng thì thầm vào vô biên. Nàng chọn nơi đây, vì nàng muốn dành một sự tĩnh lặng tuyệt đối cho tâm hồn. Nàng muốn chối bỏ tất cả, nhất là muốn trốn chạy khỏi những trận đòn thù, nghiệt ngã và phi lý.

Nàng rảo bước theo chiều dài bãi biển, bóng nàng nát vụn trên đầu những con sóng. Không biết đã bao xa, và nàng đã đi bao lâu, chỉ biết rằng ánh trăng thượng huyền đã đi theo nàng từ đỉnh đầu, bây giờ đã chìm xuống gần đến đường chân trời phía tây, và đôi chân nàng, hình như cũng không còn nhích được nữa. Thật lẻ loi và hoang lạnh. Nếu trong một hoàn cảnh khác, chắc nàng sẽ rú lên vì sợ hãi, nhưng không hiểu sao, đêm nay, có ai đó đã tiếp thêm sức mạnh cho nàng. Nàng thanh thản ghé ngồi lên tảng đá nhỏ nhô giữa bãi cát, đưa mắt thẫn thờ nhìn ra biển đêm mênh mông, thấp thoáng những vì sao, rất xa, nhưng giữa lúc này, nàng cảm thấy chúng thật gần gũi với nàng.

Nàng phát hiện một chiếc thuyền buồm, không mấy xa bờ, có lẽ là thuyền đánh cá. Chiếc đèn bão trên đuôi thuyền hắt một vệt sáng màu vàng dài mờ nhạt lên mặt biển đêm đen thẫm, cùng những chấm sáng từ một rừng tàu đánh cá ở xa xa, như một dải ngân hà, tạo thành một tuyệt tác dưới bàn tay tài hoa của tạo hóa.

Nàng đưa tay vẫy, hình như con thuyền đã hiểu và đang tiến về phía nàng.Trên chiếc thuyền chài bé nhỏ chỉ có duy nhất một người. Dưới ánh trăng non nhạt nhòa, người đàn ông tuổi trạc thất tuần, nước da nâu đen rắn chắc, đôi vai rộng, đôi mắt to, hàng mi rậm, tóc hoa râm, dày và cứng, rối bù, tiến về phía nàng. Mùi nước biển lẫn mùi mồ hôi, mùi nắng lâu ngày, từ mái tóc, theo gió sộc vào mũi nàng. Nàng khẽ rùng mình. Người đàn ông lên tiếng:

- "Bà gọi tôi?"

Nàng lạnh lùng:

- "Không dám, nhưng có lẽ vậy"

- "Sao lại có lẽ?"

- "Tôi cũng không biết"

Gã sững lại:

- "Bà thật lạ lùng!"

Nhưng gã lại kiên trì:

- "Nhưng tôi có thể giúp được gì cho bà? Tôi nghĩ, ở nơi hoang vắng, giữa lúc này, không phải để dành cho một người phụ nữ trông đài các như bà?"

Quay lại nhìn người đàn ông, nàng bất ngờ với câu nói lịch lãm ấy. Nàng thả tầm mắt ra tận một hòn đảo xa, qua làn sương, chỉ còn là một chấm xanh đen mờ nhạt trên nền trời. Bất giác, nàng nói với gã ngư phủ:

- "Tôi muốn thoát khỏi bãi biển này, thành phố này, và cả thế giới này, để đi đến một nơi thật xa, thật vắng vẻ, không còn có bóng người, một hoang đảo chẳng hạn".

Nàng vừa phát hiện ra đôi mắt sáng và đôi môi dày đầy vẻ thách thức nhục cảm của người đàn ông, nàng nói tiếp:

- "Xin lỗi, tôi đã đòi hỏi ở ông nhiều quá, và có thể vượt lên trên khả năng của ông, nhưng thực sự giờ đây tôi chỉ muốn trốn chạy".

Người đàn ông vô cùng ngạc nhiên về quyết định liều lĩnh của người đàn bà mảnh mai yếu đuối, chưa bao giờ biết đến nắng gió và giông bão, chưa hề quen biết với ông, mà đã dám gửi cả sinh mệnh cho ông. Nhưng ông đã kịp dằn cảm xúc, và từ tốn:

- "Thưa bà, tôi chỉ e rằng…"

- "Ông ngại điều gì? Tôi thực sự không dám nói đùa với ông, tôi sẽ trả công cho ông".

- "Thưa không, tôi không muốn nói đến chuyện công cán, tôi chỉ sợ bà không dám phiêu lưu, và có lẽ bà cũng không nên phiêu lưu...".

Người đàn ông muốn nói thêm gì đó nhưng đã kịp dừng lại, hai người bất chợt nhìn nhau và sự im lặng bao trùm lấy họ.

Hoang đảo đã hiện ra trước mắt nàng. Nàng chỉ thấy những ngọn đá dựng đứng lên bầu trời như những thanh kiếm của những chàng hiệp sĩ khổng lồ thời tiền sử, và rải rác trên những tấm thân khô khốc khẳng khiu đó là những bụi cây nhỏ nhoi trơ trọi bám vào, như thách thức với đất trời, với thời gian. Mặt trời hấp hối, đang chìm dần xuống mặt biển, nhả lại mảng màu đỏ ối lên những đám mây, tạo thành những dải lụa hồng, vắt ngang bầu trời lặng lẽ mênh mông.

Gã ngư phủ dùng mái chèo đưa chiếc thuyền con cập sát vào bờ đá, rồi bảo:

-"Nhà tôi ở đây. Trên hoang đảo này chỉ có mình tôi. Tôi sống ở đây đã hơn 20 năm".

Dưới ánh sáng mờ nhạt còn sót lại của buổi chiều hoang vắng, chỉ có một âm thanh duy nhất, đó là tiếng rì rào của sóng biển. Nàng như đang trở lại thời tiền sử. Gã ngư phủ dẫn nàng lần qua những bụi cây thấp đầy gai, mọc thưa thớt trên cát, đến một cửa hang, hai bên là hai vách đá, giữa có một lối đi nhỏ, cuối hang rộng mở, tối om, trên cao, hai tảng đá đã dính vào nhau như hai mái nhà. Gã đánh diêm châm nến. Ánh lửa leo lét chỉ đủ cho nàng thấy gương mặt lạnh lùng của gã và cái giường cây với chiếc chiếu manh sờn cũ, thấm mồ hôi, đã chuyển thành màu nâu đen. Gần đó là một cái bếp dã chiến. Mấy cái soong nhôm màu đen xỉn đóng một lớp khói dày, treo trên những chiếc đinh thép đóng vào vách đá. Cái bóng thật to của gã in lên tường, tạo cho nàng một cảm giác lung linh, mơ hồ. Gã nhìn nàng khá lâu rồi nói:

-" Đêm nay, cái hang đá này là nhà của bà, cơm ở trong nồi và thức ăn ở trong túi da kia". Nói rồi, gã lặng lẽ bỏ đi. Nàng thấy tưng hửng, hụt hẫng, nhưng không dám gọi, chỉ nhìn theo gã mất hút vào những bụi cây, nhòa trong bóng đêm.

Qua cách nói năng và phong thái của gã, nàng thoáng nhận ra, gã không phải là một người sống bằng nghề đánh cá, sự có mặt của gã khiến nàng tưởng tượng ra một cái gì thật bí ẩn đang núp sau lưng gã.

Còn lại một mình, nàng thấy đói và khát. Nàng không còn kịp nghĩ đến những phút giây mà nàng sắp đối diện, nàng không dám nghĩ đến và cũng không muốn nghĩ đến mọi thứ sắp xảy ra, nàng chỉ muốn đầu óc trống rỗng. Nàng uống mấy ngụm nước từ chiếc bi-đông mà người đàn ông đã ném cho nàng lúc ở trên thuyền, và lót dạ bằng một chén cơm đã chớm mùi ôi thiu, với mấy miếng cá khô nướng khói, lấy từ trong cái bao da treo trên vách.

Chưa bao giờ tiếng đồng hồ thời gian lại rơi chậm chạp xuống hồn nàng, như lúc này. Cây nến cũng đã cháy hết, hắt những giọt sáng cuối cùng lên vách đá rồi cũng tự chìm vào bóng tối. Không dám bước ra cửa hang, nàng ngã lưng lên chiếc giường cây ghép, mắt thao láo nhìn vào đêm đen, sâu thăm thẳm. Nàng cũng thiếp đi trong sự gục ngã của từng thớ thịt sau trận đòn thù và một ngày lênh đênh trên biển.

Đêm nay là đêm thứ ba, nàng ở trong "ngôi nhà đá", một nhà giam mà thượng đế không cần cửa, vì chỉ có một mình nàng là sinh vật sống duy nhất. Không có thêm một con người nào nữa. Không có thú hoang. Thỉnh thoảng một bầy chim trời thoáng qua đảo, nhả lại những lời gọi bầy nghe thống thiết. Ngoài ra không có một tiếng động nào khác, dù chỉ là một hơi thở rất mong manh của sự sống. Gã ngư phủ vẫn không trở lại. Cả linh hồn và thể xác nàng rơi vào sự trống không của bóng tối. Nàng cảm nhận một sự giải thoát thực sự, một sự giải thoát không cần cầu nguyện, van xin.

Vừa chợp mắt, nàng mơ thấy gã ngư phủ trở về, nhưng lại trong y phục của Quang, người yêu của nàng, nhưng rõ ràng là hắn, chứ không phải Quang. Gã ngồi xuống bên nàng, rồi gã nói trong hơi thở: "Nàng là món quà vô cùng quý giá mà Thượng đế đã trao cho ta". Nói xong, hắn cúi xuống ôm chặt lấy nàng và đặt những chiếc hôn vội vã, tới tấp lên môi, lên cổ, lên ngực nàng. Hàm râu kẽm của hắn lướt qua ngực, qua cổ, làm cho nàng có cảm giác rờn rợn. Nàng như muốn ngộp thở, cố vùng vẫy, nhưng cánh tay cứng như gọng sắt của hắn đã kịp giữ chặt hai cánh tay yếu đuối của nàng, đôi chân của hắn kẹp chặt đôi chân nàng, cánh tay còn lại, hắn kéo tuột xiêm y khỏi thân thể nàng, nàng thét lên và tự nhiên những giọt nước mắt trào lên khóe mắt. Trong nỗi tuyệt vọng, tấm thân liễu yếu của nàng chỉ còn lại những phản xạ kháng cự yếu ớt. Thế rồi cái vật mà Thượng Đế dùng để tạo ra sự khác biệt của Adam, dài cứng và hâm hấp nóng, đè lên đùi nàng, dần dần trườn vào người nàng, khi đó nàng mới cảm thấy nỗi bất lực cay đắng của thân phận Eva của mình. Hắn bắt đầu hùng hục, hơi thở dồn dập, hai cánh tay hắn siết chặt lưng nàng, quyết thể hiện bản chất nam nhi đầy uy lực của hắn, còn nàng lại cảm nhận một nỗi tê dại lân lân, mỗi lúc một rõ dần và lan tỏa đi khắp cơ thể, hồi lâu, một cách vô thức, hai cánh tay nàng ôm bấu vào lưng hắn và rên khe khẽ…

Một cơn gió mạnh đẩy tấm phên tre đập vào tường đá làm cho nàng tỉnh giấc. Nàng bàng hoàng trước cơn mộng. Cảm giác đê mê vẫn chưa tan hết trong từng thớ thịt của nàng, "đầm đìa lá liễu", không biết nàng nên nguyền rủa hay tiếc rẻ, một nỗi bâng khuâng dâng ngập trong tâm trí nàng. Vâng, cũng là đôi cánh tay của người đàn ông lực lưỡng, nhưng mỗi cánh tay lại có một mục đích, một ý nghĩa riêng, và dẫn đến một hậu quả khác, một sự so sánh thoáng qua trong lòng nàng, một bản chất đầy mâu thuẫn của trần gian, làm cho nàng phải cúi mặt để giấu những giọt nước mắt đang lã chã nhỏ xuống thân phận mình.

Nàng bước ra trước cửa hang, ánh trăng cận rằm đã ngã về nửa trời tây. Hắn vẫn biền biệt, như Quang, người yêu của nàng, xa như những ngôi sao đang le lói ở chân trời. Không biết nàng có đang trông ngóng ai không, chỉ biết rằng nàng đang tận hưởng sự tĩnh lặng tuyệt đối của đất trời và nỗi cô đơn hiện hữu trong lòng nàng, một trải nghiệm mà không dễ mấy ai nếm thử một lần trong đời. Nàng nhếch mép cười rồi lẩm bẩm: "Như thế này, có phải ta đã thật sự trốn thoát?"

Đôi Giày

Hắn là thợ đóng giày. Cha hắn sinh hắn ra chỉ thích cho hắn học mỗi một nghề, đó là nghề đóng giày, và hắn chính là sự nhẫn nại vô bờ và sự quyết chí vời vợi của ông ta. Nhưng cha hắn lại nói hắn là loại hàng phế phẩm, là sự lựa chọn bất đắc dĩ của ông, sau những tháng năm miệt mài đi tìm người kế nghiệp. Ông ta nói rằng, chính cái tính phóng khoáng lêu lổng, bốc đồng văn chương của hắn là tòng phạm làm sa sút truyền thống đóng giày của nhà ông ta. Ông ta đã bắt hắn phải thề trung thành tuyệt đối với nghề đóng giày, ngay cả sau khi đã xuống mồ. Hắn đành phải lừa dối số phận hắn để thốt lên một lời thề mà hắn không biết ông trời có chịu làm chứng hay không.

Thường thì qui luật của tạo hóa là bất-thuần-khiết. Nhưng may sao, cả dòng tộc hắn đều đi theo nghề ấy. Ông nội hắn nói, nếu có một đứa con trai trong giòng tộc mà không theo nghề của ông, thì đó là sự phản bội đáng ghê tởm nhất, một sự thất bại thảm thương nhất, mà nếu đã như thế thì không được lấy họ của ông, phải bỏ xứ ra đi, rồi sẽ chết trong cô độc, và hắn cho rằng, không có gì bất hạnh bằng chết trong cô độc, chết không tên tuổi, không giòng tộc.

Lời tuyên bố ấy ám ảnh hắn cả trong giấc ngủ, còn hơn cả lời tuyên thệ trước thánh tổ, vì thế hắn chẳng còn dám khiêu khích số phận.

Đã có một thành viên trong dòng tộc đóng giày ấy bị trừng phạt khi muốn ly khai vì anh ta cho rằng, cái luật của giòng họ của anh là phi nhân, và cái cỡ giày của họ là dối trá. Anh ta bị dắt đi diễu giữa phố phường vì cái tội ăn cắp và phản bội, nhưng nạn nhân thì cho rằng nhất định không phải vậy, có chăng chỉ là sự hoang tưởng của cả một dòng họ.

Hắn thích mọi người đều phải mang giày của dòng họ hắn đóng, và huênh hoang đó là loại giày cho cả nhân loại. Mua một loại giày khác là sai lầm và dẫn đến ảo tưởng. Hắn còn bạo gan so sánh giày của hắn với Chúa Trời, đó là sự hiện hữu vĩnh cửu duy nhất.

Hắn sắm một cái loa thật lớn đặt trước cửa hiệu, liên tục phát ra những bài quảng cáo. Ai không nghe theo thì hãy làm ngơ đi, chứ nói chống lại hắn thì sẽ có ngày bọn đầu gấu, tay chân của hắn nghiêm trị như tín đồ hồi giáo xử những kẻ dám xúc phạm đến thánh Allah. Hắn nói như thật và cam đoan rằng, chỉ có mang giày của hắn mới được hạnh phúc. Nhưng chẳng có người không công rồi nghề nào đi phản bác hắn, vì hạnh phúc là một khái niệm về trạng thái của tâm hồn mà không ai có thể cắt bớt cho người khác, để chứng minh rằng mình đang hạnh phúc, giống như người ta cắt một chiếc bánh để chia cho ai đó.

Giày của hắn sản xuất mang nhãn hiệu quốc tế, hắn nói. Không có hiệu giày nào trên thế giới này sánh nổi với giày của hắn, hắn cho nhân viên quảng cáo ra khắp thế giới không trừ một nước nào. Để gây ấn tượng câu khách, trước cửa hiệu hắn treo hai tấm pa-nô in chân dung to tướng của ông tổ của hiệu giày hắn, có lẽ đó là hai gương mặt người Âu. Hắn cho biết giày của hắn sản xuất thích hợp với mọi giới, từ giới thương nhân đến các nhà khoa học, các giáo sư, đặc biệt là đám công nhân và nông dân, kể cả bọn điếm đàng chính trị, trong mọi tầng lớp xã hội, của mọi nền văn hóa khác nhau.

Hắn còn nói rằng, giày da của giòng tộc hắn đóng, chỉ cần một kích cỡ. Chân lớn hay nhỏ đều mang được, co giãn như một thứ quần áo thun, (như các phát biểu đầu hôm sớm mai của các lãnh tụ), phù hợp với cả nam phụ lão ấu. Cũng như có người nói rằng, có một thứ triết thuyết phù hợp cho suốt lịch sử nhân loại, từ ăn lông ở lỗ cho đến thời loài người chinh phục sao hỏa sao kim, nghĩa là cho mọi thời đại, cho tất cả các dân tộc, và là một thứ chân lý vĩnh viễn, chân lý nằm lên trên mọi chân lý, nhưng lại hoàn toàn như một thứ hàng hóa để xuất khẩu, tức là có thể trao đổi mua bán, nhưng chỉ có điều khác với nàng hóa thông thường, đó là người ta phải dùng súng đạn để xuất khẩu chân lý, cũng như hắn dùng bọn đầu gấu để quảng cáo giày, vừa dụ dỗ, vừa đe dọa. Nếu có ai phản bác kiểu lập luận mang tính cưỡng bức của hắn, thì hắn lại nại đến Hitler, Stalin, Mao Trạch Đông, mà rằng những vị ấy chỉ cầm mấy quyển sách trên tay mà đã đẩy hàng triệu con người hăng hái đi vào con đường chết. Hắn vênh mặt lên, đầy vẻ thách thức.

Rồi một ngày mùa xuân, hắn thân thiện và háo hức đem tặng cho người bạn thân nhất một đôi giày do chính dòng họ hắn đóng. Hắn gọi là đôi giày vạn năng và hắn hy vọng rằng tình bạn và uy tín của giòng họ hắn năm trong đôi giày. Người bạn vui vẻ , tự hào nhận và mang đôi giày nghĩa tình ấy. Còn câu chuyện sau đó như thế nào thì hắn lại không dám nói với ai, và hắn coi đó như một bí mật nghề nghiệp.

Thế là, một cỡ giày có thể mang vừa cho mọi đôi chân, không biết có ai trên đời này tin được không, nhưng đó là một câu chuyện có thật về một giòng tộc, thậm chí họ còn thách thức rằng, một trăm năm nữa sẽ có một triệu người mang giày của họ đổ bộ lên sao hỏa. Ôi, thế giới đa đoan này bao giờ cũng cố tạo ra những thứ sản phẩm, những niềm tin mang tính huyền thoại.

Tấm Gương

Đã mấy mươi năm, hắn vùi mình trong căn nhà hầm đầy bí ẩn. Không phải thiên đường, nhưng cũng không phải là địa ngục, một nơi, đối với hắn, hình như không còn có khái niệm thời gian. Năm tháng đi qua chậm chạp hững hờ khô khốc. Hắn sống ở đây không biết là đã bao nhiêu năm, chỉ biết rằng từ khi hắn còn thơ dại cho đến nay hắn chẳng còn giữ nổi sợi tóc nào đen. Mỗi ngày chỉ làm mỗi công việc, thắp nhang, đốt đèn, và thực hiện nỗi đam mê không cưỡng nổi, cắm cúi trên trang sách bao giờ cũng viết dở . Không ai biết hắn đã viết những gì, nhưng chồng sách đã cao nghệu, thấm đẫm màu thời gian. Ngoài kia, nghe đâu thiên hạ vẫn gọi hắn là nhà văn, nhưng hắn không tin mình có phải là nhà văn hay không, hắn không biết mình có thật sự hiện hữu trên thế gian này hay không, nên nhà văn hay không phải nhà văn, với hắn, đều không có nghĩa gì. Điều quan trọng đối với hắn là cần phải viết, viết về sự bí mật của căn hầm, của tấm gương và của những những câu hỏi về sự hiện hữu hay không hiện hữu của hắn. Hắn vẫn viết và chờ đợi một điều thiêng liêng duy nhất mà cha hắn dặn dò, là soi mình cho được vào chiếc gương treo trên bức tường đất kia, một tấm kính mà bao nhiêu năm nay, vẫn bóng loáng, nhưng cũng chỉ có một màu đen lặng câm như căn nhà hầm hắn ở. Căn hầm như một viện bảo tàng lịch sử gia tộc hắn, chứa hàng ngàn tấm ảnh ông bà tổ tiên, nó chỉ có hai ngả thông lên trên là cái cầu thang đất và một ống thông hơi ngay trên đầu của những chiếc bàn thờ đã đen xỉn màu của tháng năm. Hắn ôm cái màu âm khí đó đã gần trọn đời người, nhưng bí mật của điều hắn chờ đợi vẫn chỉ là một bí mật. Suốt ngày hắn làm bạn với nó, và với tiếng hát và tiếng thở dài của loài con trùng, lạnh lùng, vụn vỡ. Lão nô bộc già câm điếc vẫn chỉ như một chiếc bóng di động, lặng lẽ và vô cảm. Không biết tấm gương và căn nhà hầm có tự bao giờ, nhưng đó là một bí mật của dòng họ, chỉ có hai người biết là hắn và lão nô bộc, mà trước khi nhắm mắt, hắn mới phải bàn giao lại cho kẻ xứng đáng nhất của gia tộc kế vị. Cha hắn từng nói với hắn rằng chỉ có hắn mới linh thụ được sự kỳ bí của tấm gương, và bảo hắn phải nhất thiết và kiên trì chờ đợi như một sứ mệnh thiêng liêng mà tạo hóa giao cho hắn. Có lẽ Thượng Đế ít khi tiết lộ những bí mật trong tay Người, trừ khi Người ngủ quên. Bởi thế, có những đêm khuya thanh vắng, giữa giấc mơ màng, hắn vẳng nghe như có tiếng nhạc trời đâu đây, nhưng khi hắn định thần thì tiếng nhạc lại ngưng bặt. Những giây phút mặc khải hình như còn treo lơ lửng trên đầu hắn, bóng tối cứ đi qua mái đầu không biết đã trắng phau tự bao giờ. Trong căn hầm loài côn trùng cũng về hùa với thời gian để tàn phá. Những quyển sách của hắn bị loài mối lần lượt nuốt đi. Gã không hiểu sao, cùng trên một chồng sách, nhưng chúng lại lựa để ăn. Có quyển chúng xơi rất nhanh, nhưng có quyển thì chúng chừa ra.

Không biết lũ mối đã nhắm vào những quyển sách, hay chúng muốn tàn phá khối óc của hắn, tàn phá vào nơi mà suốt đời hắn muốn đặt một viên gạch vào cái thế giới văn chương, mà ở đó, có người cho rằng huyễn hoặc mơ hồ, còn hắn thì coi như là một thứ đam mê không cưỡng lại nổi.

Đêm nay, trừ tịch, quỳ trước bàn thờ tổ tiên, những ngọn nến nhả hương ngào ngạt đặc quánh, lòng tĩnh lặng thinh không, hắn chìm sâu buông xả. Bỗng một thứ âm thanh kỳ lạ vang lên trong căn hầm. Hắn vô cùng kinh ngạc, đứng bật dậy chạy đến trước gương. Một cảnh tượng kỳ vĩ mà có lẽ trong đời, hắn chưa bao giờ được thấy, kéo qua trong gương. Tâm tư hắn hoan hỉ rộn ràng. Hình như cả vũ trụ cổ kim chỉ dồn lại ở đây. Một dàn nhạc mà nhạc công lại toàn những nhà soạn nhạc lừng danh của mọi thời đại, đang diễn ra trên khoảng trời mênh mông, bay lờ lững trên Địa Trung Hải xương phơi, huyết lệ, trên dãy Hy Mã Lạp Sơn kỳ vĩ, quanh năm tuyết phủ phận người, trên dòng sông Danube xanh thắm mơ màng của Châu Âu cổ kính. Hình như họ đang gieo những âm thanh thần thánh để cứu rỗi trần gian đang quay cuồng trong sân si cuồng nộ, họ biến trái đất cằn khô sỏi đá thành cung điện đền đài, biến sa mạc bi ai thành thiên đường diễm lệ. Beethoven đang vung que điều khiển Symphony No-9, F.Chopin đánh thức cỏ cây bằng bản Concerto diễm tuyệt trên xứ Ba lan tuyết phủ, bên cạnh người yêu đẫm chất văn chương George Sand diễm tuyệt. Rồi những W.A. Mozart, F. Schubert, S. Bach, họ thay nhau trên vùng trời vinh quang của sáng tạo. Thế giới hoang vu sống dậy trong những giai điệu nhạc trời. Họ cõi mây bay ngược thời gian về vùng trời Hy Lạp cổ, để hội ngộ Homer, để gặp thiên anh hùng ca Iliad, Odyssey, thấm đẫm bi hùng diễm tuyệt. Họ hoan hỉ chào Horace, Ovid, Socrate, Plato, Aristotles, Heidegger. Họ trò chuyện cùng Dante, tay ôm Divina Comedia cùng Virgil đi vào luyện ngục, Beatrice trách Dante phạm nhiều tội lỗi khi nàng từ giã trần gian. Tình yêu của Beatrice dẫn Dante qua chín cõi thiên đường. Tắm chàng trên dòng sông thiêng Lete cho chàng quên đi mọi chuyện của trần gian đau khổ. Dante leo lên chiếc thang vàng và ngất ngây trong tình yêu Thượng Đế.

Nơi xứ sở sương mù, Shakespeare đang bay lơ lửng giữa bầu trời mênh mông bên trên dòng sông Thames lững lờ xanh biếc, Romeo và Juliet thơm ngát những vần thơ, hàng vạn văn thi nhân ngồi xem Hamlet trả thù cho cha, tiếng thơ phủ lên thế gian màu xanh thăm thẳm. Không có văn chương, bước chân vạn dặm của loài đứng thẳng cũng chẳng giữ nổi linh hồn.

Xa xa, kia là cảnh Goethe cùng Faust và người dân Đông Đức phá bỏ ngục tù để tìm về "cây vàng của cuộc đời tươi xanh", chối từ lời dụ dỗ của Mephisto quỷ quyệt. Thì ra Goethe đang làm thay đổi thế giới huyền sinh.

Và trên bầu trời Firenze xanh trong thơ mộng của nước Ý ngàn hoa, Leonardo da Vinci, đôi mắt sáng ngời, râu tóc bềnh bồng, cõi mây ngồi vẽ chân dung nàng Lisa Del Giocondo tức là Mona Lisa kiều diễm mà nụ cười bất tuyệt, mấy ngàn năm sau không còn một họa sĩ tài danh nào dám bắt chước, Leonardo không một phút rời xa nàng, trong suốt thời gian còn lại của đời mình. Đám mây trần gian đã chở Leonardo và những người bạn của ông, Pablo Picasso, Vincent Van Gogh, Edouard Manet…bay lơ lửng trên bầu trời sáng ngời hương sắc của cuộc tồn sinh. Cây cọ của các người phải chăng đã tô điểm màu xanh bất tận của trần gian!

Hiện rõ trong tấm gương, bên góc trời Tây, Albert Einstein kết cánh cùng Aristotle, Newton, Galilei và Stephen Hawking bay vào vũ trụ, đã trăm năm cõi trần mà Einstein trở về, nụ cười còn nở trên môi, đầu chưa bạc, Stephen Hawking ôm cuốn sách "Lược sử thời gian" chui qua "hố đen", mà bệnh hiểm nghèo trong người ông tan biến, Galilei thoát khỏi tội treo cổ của giáo hội thiên chúa, vì đã dám nói rằng trái đất quay quanh mặt trời. Hành tinh thứ ba của thái dương hệ đang hò reo dưới đôi cánh thiên thần của họ, bay lên cùng với các thiên hà.

Bỗng hắn đứng phắt dậy trước gương, reo lên vì kinh ngạc, nơi bầu trời Tây mưa giăng mù mịt, hắn chứng kiến một cuộc đấu kiếm vô cùng ác liệt giữa các tay kiếm mà giáp phục của họ đều bê bết máu. Định thần, hắn mới phân biệt được tay kiếm già nhất chính là Alexander Đại đế, Hanibal Barca, Julius Cesar rồi mới đến Thành Cát Tư Hãn. Hắn cảm thấy rất vui mắt. Bóng hình họ ẩn hiện trong thứ ánh sáng mờ ảo giữa những cơn sấm chớp của trần gian . Bên này sân đấu là những tay kiếm trẻ trung, nhưng đầy vẻ quyệt liệt, bên trái là Mikhaiin Catazef cùng với Geogry Zakep, bên đối phương là Oliver Crumwal và Napoleon Pinanparte. Hắn kinh hoàng vì dưới chân của bọn kiếm khách là những dòng máu người lênh láng.

Dù đã trấn tĩnh để quan sát trong gương, nhưng hắn cũng phải rú lên vì chợt thấy từng đống sọ người nhảy nhót xung quanh Man Bá Đạo, Hitlerist, Slatalinian, Giang Trúc Dũ, PoloniPot, Kim Ju Sut và Hirohitoso. Tất cả bọn họ đều đi bằng đầu và cùng nắm tay nhau múa hát, âm khí mờ mịt bao quanh .

Hắn đã cố căng mắt từ đầu đến cuối để xem trong dòng họ hắn có ai không, nhưng tuyệt nhiên hắn không thấy, kể cả hắn. Trong gương, hắn còn thấy những chiếc bóng mờ nhạt kéo qua, nhưng hắn không thể nhìn rõ họ là ai.

Hơn nửa thế kỷ, điều mà cha hắn ủy thác, đã có câu trả lời trong đêm không một chút ánh trăng. Nhưng giữa cái thời khắc thiêng liêng ấy, hắn vẫn cảm thấy hoang mang đến cực độ, vì hắn không thể hiểu nổi những cảnh tượng đã hiện về trong gương. Những hình ảnh ấy cũng đã tắt cùng lúc với với sự le lói của ánh sáng trần gian. Hắn đăm đăm nhìn ra bầu trời, khác hẳn với bầu trời trong gương. Hắn đã trở về với một thế giới khác. Bất giác, trong nỗi cô đơn, hắn lầm bẩm, "hiện hữu?".

Cái Bóng Đen
Bên Dòng Sông Như Nguyệt

1. Vùng biên cương phía Bắc, trời đã vào tiết thu, sương đêm phủ kín núi rừng. Sông Như Nguyệt, mùa nước bắt đầu lên, tung bọt trắng xóa từ độ cao hơn ngàn mét, vẫn lặng lẽ, âm thầm một dòng chảy muôn đời hướng về Thăng Long, còn lòng của Lê Chiêu Thống thì ngổn ngang trăm bề. Vị vua cuối cùng của nhà Hậu Lê đăm đăm nhìn dòng sông đêm cuồn cuộn, rồi chua chát: "Đã ngót ba trăm năm mươi năm, từ ngày tiên đế Thái Tổ nằm gai nếm mật, vào sinh ra tử để đuổi giặc Ngô, dựng nên một thời Hoàng Kim cho nước An Nam ta, cứ ngỡ triều đại nhà Lê đã sâu rễ bền gốc, giữ mãi muôn đời cơ đồ xã tắc, nào ngờ…".

Lê Duy Kỳ nghĩ đến đó rồi không dám để cho dòng suy tư chảy tiếp. Cái se lạnh của vùng Kinh Bắc cùng với cơn quẫn bách của thế cuộc, làm cho đôi vai của vị vua hai mươi ba tuổi triều Lê khẽ rung lên, vẽ một nét mờ nhạt vào không gian, dưới ánh đèn dầu leo lét trong mái lá ven sông. Trong bộ áo dân dã, ngài ngậm ngùi quay sang tham tri chính sự Lê Duy Đản và phó đô ngự sử Trần Danh Án:

- "Khi Nguyễn Huệ ra Thăng Long lần đầu, diệt họ Trịnh, lấy lại xã tắc giao cho ta, rồi sai Vũ Văn Nhậm giết Nguyễn Hữu Chỉnh chuyên quyền ức hiếp ta, lần này, giết Vũ Văn Nhậm, giao nước cho Sùng Nhượng công làm giám quốc, thì coi như hắn đã đoạt ngôi nhà Lê rồi, ta còn mặt mũi nào nhìn lại miếu đường nhà Lê nữa!"

Nói xong, Lê Chiêu Thống òa khóc như một đứa trẻ, trông rất thảm thiết.

Lê Duy Đản cũng thở dài, rồi bẩm:

- "Chúng thần cũng đứt từng khúc ruột, nhưng vì trí mọn tài hèn, theo phò bệ hạ, ăn lộc nước, chịu ơn vua, mà để thiên nhan phải nhiều phen bôn ba vất vả, thật đáng tội chết. Nhưng Nguyễn Huệ là trang tuấn kiệt, đệ nhất anh hùng trong thiên hạ đời nay, mới 25 tuổi mà đã bách chiến bách thắng, oai hùm ai nghe danh cũng khiếp sợ, diệt họ Trịnh, khôi phục Lê triều, trị tội Nguyễn Hữu Chỉnh, giết Vũ Văn Nhậm, đánh tan 5 vạn quân Xiêm, như lấy đồ chơi trong túi. Nay, triều thần tan tát, bệ hạ muốn khôi phục ngôi báu, may ra, chỉ còn lại một con đường…"

Trần Danh Án, liếc mắt nhìn Lê Duy Đản, rồi tiếp lời:

- "Tâu thánh thượng, xin thánh thượng tha tội thì thần mới dám nói".

- "Thì ông cứ nói, ta còn lòng dạ nào trách tội ông, trong hoàn cảnh nguy khốn này".

- "Không còn con đường nào khác là cầu viện nhà Thanh. Chỉ có hoàng đế Thanh triều là Càn Long mới có thể giúp được bệ hạ khôi phục ngôi báu".

Lê Chiêu Thống, trầm ngâm một lát rồi nói như tâm sự, của một ông vua cùng đường:

- "Ta cũng đã nghĩ đến điều ấy, nhưng ta chưa thể tin hết vào bụng dạ người Tàu."

Rồi một nỗi cay đắng bỗng dâng lên trên lưỡi của vị vua bất tài non dạ, Chiêu Thống nói tiếp:

- "Ngày xưa Thái tổ ta mười năm nằm gai nếm mật, dân Nam ta phải đầu rơi máu đổ, xương phơi trắng Lam Sơn, mới đuổi được giặc Minh, nay ta lại rước quân nhà Thanh vào, biết họ sẽ làm gì, rồi ta có còn có thể bảo vệ nổi bá tánh, giữ được miếu đường của tiên tổ hay không!". Nhà vua ngồi gục đầu, không muốn nhìn thẳng vào mắt hai vị cận thần. Màn đêm phủ kín núi rừng Kinh Bắc, xa xa tiếng cuốc, tiếng vạc kêu sương, nghe não nuột. Quan tham tri chính sự Lê Duy Đản nhìn sâu vào màn đêm, tiếng chim rơi vào cái khoảng không nghe lạnh người, lấy hết can đảm, lên tiếng:

- "Thần nghe Càn Long là một vị vua biết trọng nghĩa. Chúa tôi nhà Lê một lòng hiếu thuận với thiên triều, đã hơn ba trăm năm cống nộp, không sót một lần, bây giờ triều Nam có biến, vua Nam cầu viện, chẳng lẽ ông ta làm ngơ. Lấy lại được ngai vàng rồi ta sẽ tính tiếp"

Ngưng một lát, Duy Đản nói tiếp:

- "Bây giờ ở đây lâu ngày sẽ bị giặc phát hiện tông tích của bệ hạ, sẽ xảy ra tai biến bất trắc, chi bằng bệ hạ hãy lên Cao Bằng, Huy Túc hãy còn hầu thái hậu ở đó, trong thì dùng các phiên thần hộ vệ, ngoài thì dựa vào sự cứu viện của thiên triều, ngõ hầu mới làm được việc" *

Vua cho là phải, bèn sai thảo bức thư kể tội Nguyễn Huệ và tình cảnh quạnh vắng miếu đường nhà Lê, nghe rất thống thiết, rồi sung chức chánh phó sứ cho Đản và Án đem thư dâng lên quan tổng đốc lưỡng Quảng là Tôn Sĩ Nghị.

Duy Đản và Danh Án đội nón cũ, mặc áo rách, trà trộn vào dân buôn, Vua Lê tiễn hai người đến vùng núi Bảo Lộc, theo đường tắt qua ải Lạng Sơn mà đi. Danh Án chạnh lòng làm bài thơ tự thán, trong đó có hai câu: "Thiên cổ do truyền kỳ tuyệt sự/ Tệ soa tàn lạp sứ thần trang" (Ngàn thuở còn truyền câu chuyện lạ/ Sứ thần áo rách nón mê tàn).

Hôm sau, nhờ quân của viên quan giữ ải đưa đến doanh phủ Thái Bình (Quảng Tây), hai người quỳ mọp giữa sân phủ, gào khóc, kể lể tình cảnh của vua quan nhà Lê rất thảm thiết: "nước mọn chúng tôi làm bề tôi của thiên triều đã ba trăm năm, giữ phận tiến cống không bao giờ ngớt, nay bị bọn rợ Tây Sơn chiếm đoạt, người ta đến nước cùng thì phải quay về gốc (!), khấu đầu mong Thiên ân ra tay cứu giúp, nối lại dòng, để cho họ Lê được làm bề tôi tiến cống, đội phúc lớn của trời…".

Trời đổ lửa xuống sân phủ, nhưng Đản và Án quyết không chịu đứng dậy, cho đến khi viên quan phân phủ họ Vương ra dỗ dành: "lũ các ngươi một lòng trung thành với nhà Lê, thật đáng thương, thiên triều sẽ có cách phân xử, hãy lui về nhà trọ chờ mệnh lệnh, ở đây kêu khóc mãi, liệu có ích gì".

Án và Đản như mở cờ trong bụng, lạy tạ, rồi lui về dịch xá, Án nói với Đản: "Thế là nghiệp lớn sắp thành, ngai vàng nhà Lê sắp được khôi phục, nay tôi ở lại đây để đón đại quân thiên triều, còn ông thì phải về Phượng Nhãn cấp báo với hoàng thượng, người đang ngày đêm trông đợi".

Lúc ấy tháng chín, cuối thu, năm Mậu thân 1788, Tổng đốc lưỡng Quảng Tôn Sĩ Nghị tiếp thư bẩm của họ Vương kèm tờ biểu của Chiêu Thống, bỗng cười lớn mà bảo với thuộc hạ: "Nước An Nam từ thời Hán Đường là nước phụ thuộc vào nước ta (?), đến đời Tống, họ Đinh quật cường, mới có bờ cõi riêng, trở thành nước tiến cống, trải mấy đời nối theo nhau cho đến ngày nay, lại không thể giữ được nước, phải chăng, trời khiến nước ấy lại làm quận huyện của Trung Quốc chăng?".*

Nói rồi, máu Đại Hán lại rần rật trong người hắn, những tiên tổ của hắn như Mã Viện, Cao Biền, Thoát Hoan, Trương Phụ, Hoàng Phúc, Liễu Thăng, Vương Thông..., đã lỡ mang nhục bởi nước Nam, nay lại trở về, làm sâu bọ…, đang bò vào mạch máu hắn, làm cho tay chân hắn ngứa ngáy, hắn đang mơ một ngày, 50 vạn quân của 4 tỉnh biên cương sẽ tràn xuống làm cỏ nước Nam, trả thù mối nhục cho họ, hắn sẽ là trang anh hùng duy nhất chiến thắng quân Nam, lưu danh trong sử sách muôn đời!

2. Cuối thu, vùng núi rừng biên cương Hòa Lạc Lạng Sơn, trời đêm se lạnh, Vua Lê đang thấp thỏm, mỏi mắt hướng về phương Bắc ngóng trông những trung thần đem tin vui từ Thanh triều "rủ lòng cứu vớt", bắt đầu một cơ duyên cho đất nước non sông(?), Chiêu Thống nói như tự an ủi: "Mùa thu cứ bước đi, bước đi, ước gì ta được ôm hôn hoàng đế Càn Long ba cái, như bao người trước, người sau!".

Bỗng đâu, Duy Đản ở Thái Bình về, tâu rằng vua Thanh đã chuẩn y cứu viện, Lê Quýnh báo tin Thái hậu ở Nam Kinh khang kiện an vui. Chiêu Thống lệnh cho Duy Đản lấy giấy bút chép phúc thư, rồi ngửa mặt lên trời mà đọc rằng: "Kẻ tiểu tử Duy Khiêm này, gặp lúc vận nhà lắm nạn, được đức đại hoàng đế rũ lòng thương bảo bọc…, kẻ hèn mọn như chết đi sống lại, ơn tái tạo của đức đại hoàng đế cùng với công gây dựng của Tôn tướng quân đáng ghi tạc như sông Lô, núi Tản, bền vững muôn đời…"*. Sĩ Nghị tiếp được tờ bẩm của Triều Châu kèm phúc thư của Chiêu Thống, liền dâng biểu lên vua Thanh xin xuất quân, đại ý nói rằng: "Thần nghe nói họ Lê ở An Nam hèn yếu, hơn nữa nơi ấy là đất cũ của ta, sau khi khôi phục họ Lê rồi, nhân đó ta cho quân đóng giữ, như thế vừa khôi phục được họ Lê, lại chiếm được nước An Nam, một công mà hai việc vậy".

Đại quân gần 30 vạn, chia thành ba ngả, một do đề tổng Vân Quí là Ô Đại Kinh chỉ huy theo ngả Tuyên Quang tràn xuống, một do tri phủ Điền Châu Sầm Nghi Đống điều khiển từ Khâm Châu qua Cao Bằng, đạo còn lại do chính Tôn Sĩ Nghị và và đề đốc Hứa Thế Hanh chỉ huy, theo đường Lạng Sơn, trực chỉ La Thành.**.

Ở Thăng Long, đại tư mã Ngô Văn Sở nghe theo kế của thị lang bộ lại là Ngô Thì Nhậm, rút quân về đóng ở núi Tam Điệp để bảo toàn lực lượng, chờ lệnh của Bắc Bình Vương. Nghe tin Ngô văn Sở và Phan văn Lân đã lui quân, Tôn Sĩ Nghị cười lớn và bảo với quan tham tri nhà Lê là Vũ Trinh rằng: " Lũ các ông bị quân Tây Sơn đối xử tàn ngược đã lâu, nên nghe đến chúng là run sợ, nhưng theo ta xem xét thì chúng chỉ là hạng trâu dê, chỉ cần sai một người đem thừng buộc lấy cổ mà lôi về cũng không khó gì, đợi khi quân ta đến La Thành, nhổ bãi nước bọt xoa tay là làm xong việc, ngươi hãy chờ xem"*

Khi Nghị hành quân đến trấn Kinh Bắc, quang cảnh hoang tàn, đường đi không có bóng người, không có chó chạy, chim đã bay hết về rừng, vua Lê dẫn các quan đến đón, cùng quỳ xuống ven đường, trông rất thảm hại. Thấy vậy, Nghị an ủi:

- "Quý tự mắc phải nạn lớn đã nhiều năm, nay nhờ ơn đức đại hoàng đế thương xót, sai bản chức đem hùng binh hộ tống mẹ và vợ con ông về nước. Chuyến này sang đây, trước hết cần phải bắt cho hết đảng giặc, rồi sau chỉnh đốn qui mô làm kế lâu dài, khi nào việc ổn thõa rồi mới rút quân, xin chớ lo gì việc nước nữa" *.

Vua Lê ôm Nghị hôn ba lần, rồi nghẹn ngào:

- "Phận hèn này xin đội ơn đại hoàng đế, đức cả như trời, không sao kể xiết, lại nhờ cụ lớn hạ mình đến đây, khiến cho nước chúng tôi được thấy ánh sáng của áo cừu, đai ngọc, được thõa lòng ngửa trông sao Bắc Đẩu, núi Thái Sơn, mối tình Trung -Việt từ nay đời đời bền vững như núi Hoàng Liên Sơn vời vợi..." *. Vua Lê mời Nghị vào dinh nghỉ tạm, Nghị không vào, hắn cho quân bắn chín phát súng thị uy, rồi nghiêm chỉnh đội ngũ mà đi. Khi đến bờ bắc sông Nhĩ Hà, thì trời đã chạng vạng, vua Lê xin qua sông, vào kinh thành trước, sai quân tìm cho được đèn hoa lụa gấm sửa sang điện Kính Thiên rồi mời Nghị vào ở, nhưng Nghị không vừa ý, đoạn chia quân đóng ở những nơi quang đãng nằm dọc hai bên bờ nam bắc Nhĩ Hà, lại có cầu phao, để tiện việc qua lại. Hôm ấy là một ngày giữa đông, 11 tháng 11 năm Mậu Thân 1788.

3. Còn hơn một tháng nữa mới đến tiết đông chí, nhưng trời Thăng Long rét đậm, lại có mưa phùn, người ta chỉ trông thấy những chiếc bóng mờ nhạt như bóng ma lom khom, co ro trong những chiếc áo tơi lá cọ cũ nát trên những con đường vắng ngắt, thỉnh thoảng mới thấy những toán quân Thanh tay cầm giáo dài đi tuần.

Hôm sau, Chiêu Thống thân hành đến doanh đón Nghị. Nghị sai người bày biện nghi trượng rất long trọng ở điện Kính Thiên để làm lễ phong vương cho Chiêu Thống, truyền tất cả quan chức nhà Lê tới hầu. Vua Lê mặc áo cổn đội mũ miện quỳ ở giữa sân, Nghị tuyên đọc sắc chỉ của hoàng đế nhà Thanh phong cho Lê Chiêu Thống làm An Nam quốc vương. Sau lễ thụ phong, vua Lê, theo thông lệ, phải dâng biểu, ngửa mặt xa trông về cửa khuyết nơi bắc phương mà lạy tạ.

Tuy rằng từ đây Chiêu Thống là vua nước Nam, nhưng giấy tờ đưa đi các nơi đều dùng niên hiệu Càn

Long. Ngày ngày, sau buổi chầu, Chiêu Thống chẳng còn võng lọng gì nữa, chỉ cỡi ngựa cùng Lê Quýnh và mươi tên quân hầu, tới chầu ở doanh Nghị để nghe truyền việc nước, việc quân. Nghị thì ngông nghênh, tự cho mình là tôn quý, có khi vua tới yết kiến, hắn không thèm tiếp, cho quận lính đuổi về. Người trong kinh có thấy cũng không biết là vua, nếu có người biết thì cũng chỉ dám xầm xì to nhỏ với nhau răng: " Nước Nam ta từ khi có đế, có vương, chưa thấy có ông vua nào luồn cúi đê hèn đến thế.". Riêng đám quan lại nhà Lê, trước kia phiêu bạt khắp nơi, nay lục tục kéo đến lạy mừng, vua đều phong chức tước: cho Lê Duy Đán, Vũ Trinh làm tham mưu chính sự, Nguyễn Đình Giản làm thượng thư bộ binh, Nguyễn Duy Hiệp, Chu Doãn Lệ làm đồng tri xu mật viện sự, Trần Danh Án làm phó đô ngự sử, Lê Huy Tấn, Phạm Quý Thích làm độ chi bộ hộ, Lê xuân Hạp, Ngô Vi Quý làm đồng tri binh chính, Phạm Đình Dữ làm thượng thư bộ lại, Nguyễn Huy Túc làm bình chương sự, đặc biệt Lê Quýnh làm quân trung úy đốc, tước quận công, lĩnh quân cần vương theo Tôn Sĩ Nghị lo liệu và xử trí việc quân *. Cả quần thần nhà Lê bấy giờ như một đám bèo trên sông, tán tụ tùy theo con nước, giờ đây lại càng thể hiện tính giá áo túi cơm, theo vua tìm miếng đỉnh chung, quả là đất nước thời mạt vận.

Quân Thanh ngày càng lộng hành, ra đường nghênh ngang say sưa, cướp bóc, hãm hiếp phụ nữ, nhưng nếu có ai dám nói động đến uy danh của Tôn tướng quân, hay của thiên triều, hoặc trình báo lên quan nhà Lê những điều uất ức, thì lập tức bị chính vua Lê ra lệnh bẻ răng rút lưỡi, tống vào ngục, cho nên không ai dám hé môi, kinh thành như bãi tha ma, chó không dám sủa, gà không dám gáy, chỉ còn vật vờ bóng lũ quan họ Lê và đám kiêu binh nhà Thanh bạo ngược.

Trong đám quan lại của Lê triều có phó hiến trấn Kinh Bắc là Ngô Tưởng Đào, lấy cớ già ốm, xin cho lui về vườn, nhưng trước khi nghỉ, còn dâng sớ xin vua gấp rút đem quân tấn công quân Tây Sơn trong khi Sở và Lân còn trơ vơ ở Tam Điệp. Vua Lê và các quan cho là phải, nhưng Lê Quýnh bác đi và đem việc tâu với Nghị, hắn trả lời:

- "Việc gì mà các ông vội vã thế? Nay, ví như thò tay lấy đồ vật trong túi, đến sớm thì lấy sớm, đến muộn thì lấy muộn đấy thôi. Giặc gầy mà ta béo, hãy để cho chúng tự đến nộp thịt".

Đã gần hai tháng, từ ngày Nghị đặt chân lên mảnh đất "Nước Nam vua Nam ở" ngót ngàn năm, nhờ sự quì gối đốn mạt của Chiêu Thống, viên tổng đốc lưỡng Quảng và các tướng Thanh còn ngất ngây trong mùi chiến thắng, ngày đêm say sưa hoan lạc trong tửu sắc, ngày nào Lê Quýnh cũng đòi vua Lê dâng gái đẹp rượu ngon cho Nghị và bọn tùy tướng, còn bọn lính Thanh thì mặc sức lùng sục kiếm gái trong tận hang cùng ngõ hẻm của Thăng Long thành, khiến nhà nhà đều phải đưa đàn bà con gái đi lánh nạn nơi khác.

4. Đêm cuối năm, trời Thăng Long mưa phùn, như có ai đó đem cái giá rét từ phương bắc về. Không thể chợp mắt được, vua Lê bước lại vén bức màn cửa nhìn ra khu vườn sau lưng điện Kính Thiên, bóng đêm mịt mùng, thỉnh thoảng mới thấy một toán lính, tay xách đèn bão, còn tay kia cầm cây giáo dài, dáng co ro trong chiếc áo tơi lá cọ, đứng gác, trông tiều tụy, thảm thương.

Đêm im ắng khác thường. Tuy mùa đông Thăng Long buốt giá, nhưng Chiêu Thống thấy như mình đang ngồi trên chảo lửa, vua Lê nhìn về phương nam, rồi thở dài: "Nguyễn Huệ quả là trang anh hùng dũng mãnh, nghe đâu, đối với bọn tùy tướng, chỉ cần hắn trở tay, đưa mắt, thì ai nấy đã phách lạc hồn xiêu, sợ hơn sợ sấm sét, không có người nào dám nhìn thẳng vào mặt hắn, hắn cầm quân xuất quỷ nhập thần, đi không ai biết, ở chẳng ai hay, mấy lần hắn ra vào Thăng Long như đi chợ, bắt Nguyễn Hữu Chỉnh như bắt trẻ con, khi gươm kề vào cổ, thì Vũ Văn Nhậm mới biết chủ tướng của hắn đang uy nghi đứng trước mặt. Gần hai tháng nay, Lê Quýnh dối gạt Tôn tướng quân, để trấn an quân thiên triều, chứ có biết gì về tung tích của Nguyễn Huệ Tây Sơn! Hẳn nhiên, Nguyễn Huệ không phải là loài dê lợn như Tôn Sĩ Nghị đã từng huênh hoang, và cái ngai vàng không có dân của ta, không biết còn tồn tại đến bao giờ!".

Đã mấy ngày xuân trôi qua, đêm đêm nhà vua chỉ nghe tiếng đàn hát từ dinh của Tôn Sĩ Nghị vọng sang, còn Thăng Long thì vẫn chìm trong u buồn. Nhà vua chỉ nghe tiếng phụ nữ than khóc ở đâu đó, mà không nghe tiếng cười đùa của trẻ thơ, chẳng có tiếng dân giết lợn để vui xuân, mà chỉ có tiếng chó sủa vào những toán lính Thanh say sưa ngả nghiêng trên phố. Tuy là trời đã hết mưa phùn, nhưng ngoài đường cũng thưa thớt người đi, trẻ con không mặc áo mới ra đường, phụ nữ không thấy có áo hoa, chợ không hoa đào, cảnh tượng kinh thành chưa bao giờ thê lương ảm đạm như thế.

Điện Kính Thiên và dinh Tổng đốc vẫn liên lạc với nhau thường xuyên và chặt chẽ. Nghị an tâm tận hưởng những ngày xuân chiến thắng bên những cô đào mơn mởn xứ An Nam. Trong khi đó, vua Quang Trung đã chia quân thành 5 đạo, tối 30 Tết, từ Tam Điệp, gióng trống trận, thần tốc tiến về Thăng Long. Trong cơn mơ màng của hương hoa nơi phòng the còn chưa dứt, bỗng rạng sáng mồng 4, quân kỵ chạy về cấp báo với Nghị rằng Hà Hồi đã thất thủ trong đêm mồng 3, quan quân ở đồn Hà Hồi đã đầu hàng, và bị quân Tây Sơn bắt hết, đồn Khương Thượng cũng bị đô đốc Long phá vỡ tan tành, thái thú Điền Châu Sầm Nghi Đống đã thắt cổ tự vẫn, và hiện quân Tây Sơn đang vây kín Ngọc Hồi. Nghị nghe, choáng váng mặt mày, thốt lên: "Tướng Tây Sơn từ trên trời xuống, quân Tây Sơn từ dưới đất chui lên hay sao?". Nói rồi, Nghị sai lãng binh Quảng Tây là Thanh Hùng Nghiệp đem binh tới cứu, nhưng không ngờ rằng canh tư đêm ấy, mặt trận phía tây bắc bị vỡ, Nghị cỡi ngựa ra xem thì thấy khói lửa bốc lên đầy trời, quân Tây Sơn đã vào cửa ô, chém giết quân Thanh chết không biết bao nhiêu mà kể, Nghị sợ mất mật, ngựa không kịp đóng yên, người không kịp mặc áo giáp, bỏ cả sắc thư, kỳ bài, quân ấn, thúc bọn lính kỵ mã chạy trước ra cầu phao, rồi nhắm hướng bắc mà chạy. Bọn lính trong doanh nghe chủ tướng đã bỏ chạy, nên như rắn mất đầu, cũng tan tác bỏ chạy, tranh nhau qua cầu phao, cầu phao đứt, rớt xuống sông chết đuối, xác làm tắt nghẽn cả sông Nhĩ Hà.

Vua Lê ở trong điện nghe tin xấu, hốt hoảng, chưa kịp mang theo gì đáng giá, tất cả đều bỏ lại, vội vã cùng bọn Lê Quýnh, Trịnh Hiến đưa thái hậu trốn đi. Khi đến bờ sông thì cầu phao đã đứt, phải chạy ngược lên Nghi Tàm, cướp được thuyền đánh cá, chèo sang bờ bắc. Vua Lê nhìn thái hậu rồi nhìn lại bờ nam, rơi nước mắt. Trời đã nhá nhem tối, vua tôi Lê Chiêu Thống đến cửa ải thì đuổi kịp Tôn Sĩ Nghị, nhà vua ngậm ngùi: " Cô bất tài, nghiệp lớn không thành, lại làm nhọc tướng quân, nay xin ở lại đất nước thu nhặt dân binh, mưu khôi phục xã tắc, xa nhờ oai linh của tướng quân, may mà xong việc, xin kính chúc tướng quân về triều được hai chữ vạn phúc".

Nghị nói: " Nguyễn Huệ chưa bị diệt, việc này còn chưa thôi, nay hãy dâng biểu xin quân, trong vòng một tháng, đại quân lại kéo sang. Ở đây gần đảng giặc, sợ không yên, hãy tạm vào Nam Kinh nghỉ ngơi, chờ thánh chỉ vậy".

Nghị thu nhặt tàn quân, còn Chiêu Thống cùng các cận thần theo hầu, đưa thái hậu theo Nghị sang Trung Quốc.

5. Ngày 30 tháng chạp năm mậu thân, khi đang ở Tam Điệp, chuẩn bị xuất quân, vua Quang Trung đã họp các tướng và bảo rằng:

- "Lần này ta ra dẹp giặc Thanh, thân hành cầm quân, phương lược tiến đánh đã có tính sẵn. Chẳng qua chỉ trong mươi ngày, có thể đuổi được người Thanh. Nhưng nghĩ chúng là nước lớn gấp mười nước mình, sau khi bị thua một trận, ắt lấy làm hổ thẹn mà lo mưu báo thù, như thế thì việc binh đao không bao giờ dứt, không phải là phúc cho dân, nên nỡ nào ta làm như vậy. Đến lúc ấy phải có người khéo lời lẽ mới dẹp nổi việc binh đao, không có Ngô Thì Nhậm thì không ai làm được. Chờ mươi năm nữa, cho ta được yên ổn mà nuôi dưỡng lực lượng, nước ta đã giàu, quân ta đủ mạnh thì ta có sợ gì chúng.". Bọn Sở, Lân cùng tùy tướng đều quỳ lạy tạ mà nói: Chúa thượng nhìn xa trông rộng, chúng tôi ngu dại không thể nghĩ đến chỗ đó.

Chỉ trong vòng năm ngày, Quang Trung đã quét sạch 29 vạn quân Thanh ra khỏi bờ cõi. Trưa mồng sáu tháng giêng năm Kỷ Dậu, Quang Trung tiến quân vào đóng quân ở Thăng Long, rồi ra lệnh chiêu an. Khoảng mười ngày sau, đã có hơn một vạn quân Thanh ra đầu thú, và đều được cấp phát lương ăn áo mặc. Nhà vua còn ra lệnh thu nhặt hài cốt quân Thanh tử trận chôn thành gò đống, lập đàn cúng tế, sai Vũ Huy Tấn làm văn tế, biểu thị sự thương xót đối với quân dân Trung Quốc chết xa nhà, bài văn tế có đoạn viết:

"Nay ta

Sai thu nhặt xương cốt chôn vùi

Bảo lập đàn bên sông cúng tế

Lòng ta thương chẳng kể người phương Bắc

Xuất của kho mà đắp điếm đống xương khô

Hồn các ngươi không vơ vẩn ở trời nam, hãy lên đường mà quay về nơi hương chí

Nên kính ngưỡng ta đây là chủ, chan chứa lòng thành

*Những mong sao đáp lại đạo trời, dạt dào lễ sống…****

Nhân bắt được chiếu thư của Càn Long và quân ấn do Sĩ Nghị bỏ lại, Quang Trung đưa cho Ngô Thì Nhậm xem và bảo:

- "Qua tờ chiếu của vua Thanh, ta thấy rõ bụng dạ của họ như thế nào rồi. Nay họ bị ta đánh thua, nhịn thì thẹn, báo thù thì khó. Vậy những tàn quân ta bắt được, đều nên cấp lương và đưa hết lên cửa ải. Người giỏi nghề văn tự, nên thảo một bức thư gửi cho vua Thanh, đại khái nói: Ta là nước nhỏ, một lòng kính thuận, sợ mệnh trời, thờ nước lớn, nào dám có ý khác. Trước đã có biểu văn đệ sang, bị ngài tổng đốc họ Tôn dìm đi, không thể đến bề trên được. Gần đây ta từ miền Nam tới, vốn là muốn biện bạch lòng thật thà với ngài tổng đốc, không ngờ thiên hạ đồn nhảm, làm to thanh thế của ta, khiến cho mọi người nghi ngờ sợ hãi, bỏ đội ngũ mà chạy trước, để đến nỗi cầu phao bị đứt, quân thiên triều phải chết đuối, ai cũng tranh đường chạy, dẫm đạp lên nhau, kẻ chết, người bị thương. Đó là do ngài tổng đốc họ Tôn gây nên, không phải là tội của nước nhỏ dám giao chiến.

Nay đã thu góp được số tàn quân hơn vạn người, xin cấp đủ lương ăn, áo mặc, gửi trả về cố hương, để tỏ rõ lòng thành".*

Thì Nhậm theo ý đó, thảo một bức thư gửi cho Càn Long, còn ngầm đưa vàng bạc đút lót Phúc Khang An và Hòa Khôn để mau xong việc. Cuối mùa đông năm ấy, Vua Thang sai sứ sang phong cho Quang Trung làm An Nam quốc vương.

Lê Chiêu Thống lẻo đẻo theo Nghị qua ải Nam Quan, sang Trung Quốc, đến trú ngụ ở thành Nam Kinh, đúng vào lúc Phúc Khang An đến thay chức quan của Tôn Sĩ Nghị, và mưu đồ giảng hòa với Tây Sơn, Khang An đón vua Lê cùng với cả bọn quan lại đi theo cùng, vào nghỉ trong thành của phủ Quế Lâm. Phúc Khang An lừa vua Lê cùng bọn tôi thần gọt đầu gióc tóc, để đuôi sam như người Mãn Thanh, rồi tâu láo với vua Thanh rằng, vua Lê bây giờ không còn muốn phục quốc nữa mà đã gọt đầu gióc tóc, muốn xin ở lại Trung Quốc vĩnh viễn.

Để vua Lê khỏi đòi viện binh phục quốc, Hòa Khôn lập mưu đưa vua Lê về Yên Kinh, cạnh nhà Quốc Tử Giám, trước cửa nơi vua ở có biển đề: " Tây An Nam doanh", còn các quan đi theo vua thì ở " Đông An Nam doanh". Tháng 3, mùa xuân năm Tân hợi 1791, Hòa Khôn phỉnh họ tập trung, để đưa về vùng biên giới, lo ngày trở lại quê hương, rồi âm thầm đày họ đi mỗi người một nơi, chỉ để một mình Trần Thiện ở lại hầu quốc vương. Lúc ấy, Lê Chiêu Thống mới biết rõ mình bị các quan nhà Thanh lừa, từ ấy, vua Lê, dù trong lòng uất ức, nhưng không dám nói đến chuyện xin viện binh nữa.

Mùa hè năm Nhâm Tý 1792, nhà vua nhìn đứa con đầu vĩnh viễn ra đi vì bệnh đậu, việc chôn cất thật sơ sài, còn không bằng con của một kẻ thứ dân, Chiêu Thống mới thấy hết nỗi chua chát của kẻ vong nô, sống vất vưởng trên xứ người, vua lo buồn sinh bệnh, thoi thóp nằm liệt. Mùa đông, bệnh của vua, ngày càng nặng. Đêm ấy trời Yên Kinh rét đậm, Chiêu Thống gượng ngồi dậy nhìn ra khu vườn nhàn nhạt ánh trăng dưới bầu trời lặng ngắt và xa lạ, nhà vua thở dài: " Trong hơn hai trăm năm mươi năm, từ thời Trang Tông, tuy bị chúa Trịnh chuyên quyền, sóng gió liên tiếp nổi lên, nhưng bờ cõi vẫn được giữ vững ở phía bắc và mở mang về phía nam, cho đến khi ta cõng quân Thanh vào Thăng Long, lúc đó, ngai vua của ta thì còn, nhưng nước đã mất. Ta hiểu dân An Nam oán hận ta, nguyền rủa ta, giờ đây, ta biết mình quá hèn hạ và tội lỗi. Khi mà một ông vua như ta vì muốn bảo vệ cái ngai vàng mục nát của mình, mà đi rước ngoại bang về để chúng bảo vệ cái ngai cho ta, thì tai họa cho dân tộc sẽ không biết còn truyền bao nhiêu đời. Nhưng dân tộc An Nam rất kỳ lạ, khi sinh ra một Chiêu Thống đốn mạt như ta, thì đồng thời cũng sinh ra một trang hào kiệt như Nguyễn Huệ…".

Nghĩ đến đó, Chiêu Thống khẽ rùng mình và giấu kín dòng tâm tư đó vào lòng, và cũng sẽ chôn sâu vào chiếc quan tài lại mang nhãn hiệu Trung Hoa.

Hôm sau Chiêu Thống gọi các thị thần vào dặn:

- "Trẫm gặp phải lúc vận nhà suy kém, không thể giữ được xã tắc, phiêu bạt nơi đất khách quê người, để tính việc khôi phục. Nhưng mơ ước ấy của trẫm chắc không bao giờ thành và cũng không còn cần thiết nữa. Nay ta đành gửi năm xương tàn này nơi đất khách. Sau này nếu các khanh được về nước thì xin hãy cho ta đi theo, để ta tạ tội với các tiên đế cùng bá tánh và được yên nghỉ ngàn đời bên cạnh tổ tông…"

SG 30/6/2016

Tham khảo:

* Hoàng Lê Nhất Thống Chí – NXB Văn học 1984

** Khâm định Việt sử thông giám cương mục chính biên Q46

*** Quang Trung Nguyễn Huệ, những di sản văn học - NXB Văn Hóa 2006.

Và một số tài liệu khác.

Ký Ức Hoang Vu

Hắn ôm màu đỏ thắm của ánh hoàng hôn cô độc cuộn tròn trong chăn chiếu của mẹ hắn để đặt nụ hôn lên thời gian, bước đi trong thế giới bùng vỡ của đôi mắt tròn thẳm sâu hình ảnh ngọt ngào và cay đắng của tuổi chim trời, hắn cố tách cái mùi ỉa mế nửa đêm của đứa em lên ba và cái mùi hoa hồng nhả hương vì khát khao mặt trời, nhưng những mùi hương nuốt trửng hắn, cứ ôm chặt vào nhau như một thứ định mệnh của xứ sở không còn mùi vị, khô cứng, cạn kiệt,

hắn thường thấy mẹ hắn khóc, khóc thút thít, khóc đờ đẫn, khóc cúi mặt, khóc trốn chạy, còn nước mắt hắn thì khô quánh trong cổ họng, như cục đất ruộng cày vỡ tháng năm, làm hắn, có khi phải đầu hàng mấy giọt nước bọt chờn vờn trong cổ, chẳng chịu trôi đi, hắn chỉ có thể níu lại sự sống bên cạnh những chú dế con chưa biết gáy vào cái khoảng không hắn chưa thể định hình, chỉ còn mình hắn đơn độc phóng tầm mắt non lá mạ vào bầu trời tháng mười xám xịt,

như trong cơn mộng du của cỏ cây, hắn bật dậy với tiếng kẻng đinh tai nhức óc, mẹ hắn hốt hoảng lôi hắn ra khỏi nhà, cháy cháy, cháy, như những con rắn lửa bò quanh núi, dưới bụng chúng là cái hào sâu, người không may rơi xuống đó thì khó mà lên được, rồi chúng tiến xuống bò quanh các làng, bò vào ngóc ngách xóm thôn, rần rật ngon lành, lách tách giòn tan, những dãy hàng rào tre quanh co, trói chặt đói nghèo âm thầm lặng lẽ, lại làm mồi cho bà hỏa vui vẻ và tàn nhẫn, nhưng có ai hiểu được, những bờ rào tre kia và cái bùi nhùi lửa châm vào nó, ai tàn nhẫn hơn ai,

rồi hắn thấy mẹ hắn khóc, hắn cũng không hiểu tại sao, vì mẹ hắn như một cái bóng lặng lẽ, đôi mắt thẫn thờ, bất chợt, dưới ánh lửa còn sót lại từ những bờ rào tre, hắn thấy chiếc áo vải màu đen đã bạc, từng ngày thấm đẫm mồ hôi của mẹ, hắn biết, vì đêm đêm trong cái chõng tre chật chội, hắn đã quen với cái mùi mằn mặn chua chua ấy, cái áo đã bị móc rách và những vết sước trên lưng mẹ hắn cũng đen thẫm, âm thầm như đôi môi câm nín của bà,

sáng sớm trống trường làng vẫn giục, hắn bước ra khỏi nhà, mẹ hắn nhìn theo từng bước chân, hắn đi qua cánh đồng trơ gốc rạ, tàn tro của cái hàng rào trở thành con rắn đen ngòm lởm chởm những mẩu xương trên những thửa ruộng xăm xắp nước, hắn đi qua cái cổng rào chỉ còn hai cái gốc tre cháy dở, không còn ai gác như mọi ngày, hắn chạy vội vào sân trường, trống vắng như một gò đất tha ma, lão già cầm dùi trống chỉ về phía đầu làng, hắn cắm đầu chạy về phía ấy,

người đàn ông hình như còn rất trẻ, mắt trừng ngược, hai tay nắm đầy bùn đất, có lẽ đã chịu đựng nỗi đau cùng tột, cố hết sức bám vào sự sống, nhưng đã bị từ chối, đêm qua, lẩn vào trong tiếng kẻng là những tiếng súng, viên đạn đã xé toạt xương đùi, anh ta chỉ lết được một đoạn ngắn trên mặt ruộng nước, rồi gục xuống, cuối cùng là trừng mắt lên trời, không có ai đến nhận chôn cất kẻ xấu số, nhưng rồi anh ta cũng đã ra đi như một huyền thoại trong đêm hôm sau, cũng lặng lẽ như đống tàn tro, ai cũng biết, nhưng ai cũng cứ lầm lũi như một thứ số phận khắc nghiệt,

hắn cúi đầu bước nhanh về nhà như đang trốn chạy trước sự truy đuổi của máu và lửa đang đông thành cục trong ký ức hoang vu.

Đôi Bàn Chân

Năm tôi lên tư, mỗi lần mẹ tôi ra ruộng cấy, bà thường đem gửi tôi cho cô Xuân, chỉ cách nhà tôi cái giậu dâm bụt. Ở miền Trung, tháng Mười, trời rét và chịu những cơn mưa đông tầm tã, có khi kéo dài đến cả mươi ngày, nên cô Xuân chẳng dám thả tôi ra nửa bước vì cô sợ tôi bị trượt chân, ướt lạnh.

Cô làm nghề kéo sợi dệt vải bông. Cô rất khéo tay, hình như cô làm được tất cả các khâu từ bông vải, kéo sợi,... cho đến khi dệt xong một cây vải. Mỗi lần cô quay chỉ, cô bắt tôi phải ngồi chết dúm trong lòng cô, lưng áp sát vào cái bụng bầu, mắt tôi đăm đăm nhìn cuộn chỉ quay tít. Thỉnh thoảng tôi thấy hình như có một cái chân vô hình thật bé đạp nhẹ vào lưng tôi. Tôi ngước mắt lên nhìn cô Xuân, cô hiểu ý, giải thích: "Em ở trong bụng cô, nó đạp con đấy". Tôi cảm thấy rất tù túng khó chịu nhưng không dám đòi đi chơi vì sợ cô mách mẹ đánh đòn.

Ba tháng sau ngày cô Xuân sinh đứa con gái đầu lòng, mẹ tôi mới cho tôi qua nhà cô Xuân chơi. Mẹ tôi bảo "Con còn bé mà vào buồng đàn bà đẻ, mai sau đầu óc mụ ra, học không được". Tôi chẳng hiểu vì sao, nhưng không dám trái lời mẹ.

Nhưng một thời gian không lâu sau đó, tôi không còn vô dụng như hồi cô Xuân chưa sinh em bé. Không hiểu sao, khi không có tôi thì cô Xuân đặt chiếc nôi gần khung cửi để tiện ru con, mỗi khi bé trở giấc, nhưng vừa thấy tôi sang thì cô lại đẩy nôi ra xa, đặt một chiếc ghế bên cạnh và bắt tôi ngồi đưa nôi ru em, chắc là cô muốn cho tôi có việc làm, không phải ngồi ủ rũ dán mắt lên khung dệt của cô. Nhưng tôi cũng chỉ biết đưa tay lắc lay cái vành nôi chứ chưa hề biết hát một câu nào. Hai tay cô Xuân vẫn thoăn thoắt đưa thoi, thỉnh thoảng liếc nhìn tôi mỉm cười, rồi bảo tôi hát theo cô: "Con ơi ăn ngủ cho ngoan… Mai kia khôn lớn lo toan việc đời". Tôi bập bẹ hát theo, ban đầu tôi thấy rất khó khăn, nhưng rồi tôi cũng thuộc. Cứ thuộc hết câu này cô lại dạy cho tôi câu khác: "Con chim đa đa... nó đậu nhánh đa đa… Chồng gần không lấy… mà đi lấy chồng xa… Mai sau cha yếu… mẹ già… Chén cơm… đôi đũa… tách nước trà… ai dâng…". Câu hát này dài quá, rất khó thuộc, nhưng cô động viên: "Con giỏi lắm, cố lên rồi sẽ thuộc thôi mà, tối về hát cho mẹ nghe, mẹ sẽ khen và yêu con nhiều lắm đấy". Sau này lớn lên tôi mới biết bài hát ấy chứa đầy tâm sự của cô, một người con Huế, vì hoàn cảnh mà phải đi lấy chồng xa.

Nhờ cô Xuân và cái nôi mây nhỏ xíu, mà tôi đã thuộc được nhiều câu dân ca sâu lắng nghĩa tình, và Sương, con bé nằm nôi, thường chìm sâu trong giấc ngủ, lại thấm đẫm những lời ru ngô nghê nguệch ngoạc của một cậu bé lên năm. Những khi Sương thức giấc, mở mắt, nhìn tôi nhoẻn miệng cười, đôi môi mọng đỏ như thiên thần, nên tôi bỗng thấy thích thú khi được cô Xuân gọi bảo đưa nôi cho bé Sương và tôi muốn được nhìn bé huơ tay trườn chân, đòi tôi bế. Nhưng đến lúc đó thì dù tôi muốn bế, cô Xuân lại không cho.

Thời gian trôi qua như một giấc mộng, Sương bây giờ đã là cô bé lên mười, biết phụ mẹ kéo sợi dệt vải, nước da hây hây hồng, mái tóc đen mượt, gợi cho tôi về những cô gái trong các tạp chí mà cậu Hai tôi mua từ tỉnh về cho tôi lấy giấy bao vở. Khi đến lớp, nhìn những cô gái trong tranh, tôi lại nhớ đến Sương, một nỗi nhớ thoáng qua nhưng tha thiết dịu dàng. Bé Sương còn có biệt danh là Bi Chai, do tôi đặt, vì đôi mắt em sâu tròn, con ngươi xanh biếc long lanh như hòn bi bằng chai mà mẹ đi chợ mua cho tôi đánh bi với bọn trẻ con trong xóm. Không hiểu sao, cô Xuân và cả Sương đều thích cái biệt danh ấy. Còn tôi thì cô gọi là Huy Đen, vì ngoài giờ đến trường cách nhà hành mấy cây số đi bộ, tôi còn phải phụ những việc nhẹ trong công việc đồng áng của Ba Mẹ, nên nước da tôi nâu đen, Sương thường gọi tắt tên tôi là anh Đen, rồi có khi lại phá lên cười và chạy về nhà trốn mất.

Tôi thường được cô Xuân nhờ chỉ cho Sương học toán. Mỗi khi ngồi bên Sương, nghe cái mùi thơm của xà bông "Cô Ba" từ mái tóc thoảng ra cùng với mùi da thịt của Sương, làm cho tim tôi đập mạnh, lòng tôi rạo rực khó tả, và tôi lại muốn giữ cái mùi hương ấy ở lại trong lồng ngực mình. Tôi không thể nào rời mắt khỏi đôi bàn tay búp măng ngà ngọc của Sương đang cố nắn nót từng chữ viết bằng cây bút ngòi lá tre cán gỗ. Đôi bàn tay ấy như thách thức đôi bàn tay chai sần thô kệch của tôi, trong đầu tôi cứ xuất hiện sự so sánh giữa một bên là tấm thân ngà ngọc của nàng, còn bên kia là cái bộ tướng đen điu thô cứng, vai u thịt bắp của tôi. Có lẽ vì quá yêu thương nên tôi đã thần tượng hóa nàng rồi chăng?

Thế rồi một biến cố ngây ngô xảy ra cho đời tôi và Sương, giúp tôi hiểu được thế nào là nét đẹp của đôi bàn chân nàng. Hôm ấy một buổi sáng mùa đông, trời không mưa, Sương đòi theo tôi ra đồng xem gặt lúa, bất chợt em vô tình trượt chân xuống ruộng, rồi bỗng em la hoảng: "Đau quá! Đau quá!". Sương cúi xuống ôm bàn chân rên rỉ. Tôi vội chạy đến, một tay đỡ Sương, còn tay kia nâng bàn chân em lên xem, tôi hết hồn, một con đỉa trâu đang bám chặt vào cổ chân Sương. Tôi nhanh tay bóc con đỉa khỏi bàn chân em, máu ra ròng ròng. Tôi hoảng quá, không nói một lời nào, bế xốc Sương chạy một mạch về nhà. Sau khi rửa sạch vết thương bằng nước giếng ở góc sân, tôi tự nhai trầu với vôi đắp lên vết thương, mà không dám cho cô Xuân biết, sợ cô quở trách. Sương ngồi trên ghế, hai chân buông thõng. Tôi đưa tay đỡ bàn chân, ngước mắt nhìn em. Đôi mắt bồ câu thăm thẳm in vào hồn tôi. Tôi cúi xuống nắn nót đôi bàn chân. Sương im lặng. Đến giờ phút này tôi mới đủ bình tĩnh để nhận ra rằng, đôi bàn chân nhỏ nhắn u thon, với những ngón chân khít vào nhau, trắng muốt đã gắn chặt vào hồn tôi. Những ngày sau đó Sương thường đưa tay níu song cửa sổ nhìn sang nhà tôi, còn tôi thì giả vờ ra sau nhà xách nước để được thấy em. Cũng may vết đỉa không sâu, vết thương cũng nhanh lành. Từ đấy hình bóng Sương cứ đi theo tôi bất cứ lúc nào, cả trong giấc ngủ. Có đêm tôi mơ thấy nàng bị đỉa bám, khóc thét lên, ôm chặt lấy tôi, mùi hương da thịt nàng còn đọng mãi trong ngực tôi.

Mối tình thầm kín, thơ ngây, dân dã ấy như đã in sâu trong tâm hồn măng non của tôi. Nhưng rồi cũng đến lúc tôi phải giã từ Sương, cô bé tuổi 13, tâm hồn trong trắng như sữa của hạt gạo tháng mười, gương mặt hiền lành như vầng trăng rằm vừa lên khỏi đường chân trời ở đằng đông trong một đêm thu nơi đồng quê tĩnh lặng, để ra tỉnh học bậcTú tài. Không biết nàng là Lọ Lem hay Bạch Tuyết trong cổ tích tôi. Tôi là một gã khờ chơi vơi trong vòng vây của hình bóng ấy.

Hôm tôi đi, Sương đưa tôi một quãng đường làng, em chớp mắt nhìn tôi rồi cúi mặt, tôi nắm tay Sương lặng lẽ, chẳng thốt được lời nào. Cuối cùng tôi buông tay nàng rồi quay đi. Được khoảng mấy mươi bước, tôi nhìn lại thì thấy Sương quay đầu chạy nhanh về nhà. Có lẽ em đã khóc! Tôi cúi đầu, nặng nề bước về hướng đường cái quan, nơi có chuyến xe cuối cùng về tỉnh trong ngày.

Gần một năm trọ học ở thị xã, tháng nào tôi cũng viết thư cho Sương. Nàng hồi âm cho tôi bằng những cánh thư màu xanh, tình yêu bé bỏng thơ ngây của nàng như in trên nét chữ học trò viết bằng bút lá tre mực tím. Tôi âu yếm cẩn thận cất những cánh thư ấy ở tận đáy rương sách của cậu học trò tuổi mười bảy đang mơ.

Hè năm nay, tôi về quê thăm nhà , Sương cùng mấy đứa em tôi ra đón ở tận đầu làng. Đôi mắt "bi chai" long lanh, môi cười hớn hở nhưng có vẻ rụt rè , hai tay bá vào cổ của hai đứa em. Tôi rất ngạc nhiên khi thấy Sương thay đổi quá nhiều. Nàng lớn như thổi, vóc dáng của một thiếu nữ chứ không còn như một cô bé mười ba, mái tóc đen huyền chảy xuống ngang vai, óng ánh trên chiếc áo lụa hoa, màu xanh ngọc. Tôi ngượng ngập lí nhí: "Mẹ em có khỏe không?". Nàng vẫn cúi đầu, nói nhỏ: "Dạ khỏe, mẹ vẫn thường nhắc đến anh". Còn tôi, trong chỗ sâu thẳm của tâm hồn mình, không thể nào quên cô, quên cái bàn chân bé bỏng trong bụng cô đạp vào lưng tôi, khi tôi ngồi trong lòng cô, một buổi sáng mùa đông, mười bốn năm trước, cô ngồi kéo sợi.

Ngay cái đêm mới về lại quê, tôi rủ Sương ra cánh đồng trơ gốc rạ tháng năm, hai chúng tôi ngồi xuống bờ ruộng phủ một lớp cỏ khô . Trăng mười sáu vằng vặc tỏa xuống không gian tĩnh lặng êm đềm của một miền quê hiền hòa chịu thương chịu khó, soi rõ nét thanh tú trên khuôn mặt thoáng vẻ u buồn của Sương. Từng làn gió nhẹ thoảng qua làm cho hương tóc của Sương chập chờn trong khứu giác nhạy cảm của tôi. Tự nhiên tôi cảm thấy như mình đang tan biến vào tình yêu thanh khiết, thánh thiện của nàng. Ngồi im lặng thật lâu tôi mới dám mở đầu câu chuyện:

-Anh thấy lúc này nước da em sạm nắng?

Sương liếc nhìn tôi, giọng tha thiết phân trần:

-Đã một năm nay mẹ em không còn dệt vải nữa. Bây giờ vải sợi dệt tay không còn bán được, thỉnh thoảng em phải ra đồng giúp Ba mẹ.

Tôi an ủi:

-Trông em bây giờ như một thiếu nữ trưởng thành, da có ngâm một chút cho thêm rắn chắc. Có điều anh sợ là không biết em có đủ thời gian để học hành?

Nàng như hờn trách:

-Từ khi anh đi, em thành dốt toán. Còn văn thì cứ miệt mài vào những cánh thư chảy theo dòng thương nhớ. Vào lớp em cứ thẫn thờ cùng những lá thư anh gửi, có những đêm em lịm dần vào nỗi nhớ mênh mông… Không biết rồi anh có bắt đền được cho em không?

Tôi như choáng ngợp trong những lời yêu thương của Sương. Tôi không ngờ tình yêu nàng dành cho tôi, đã bao lâu nay, được âm thầm giấu kín trong tận sâu thẳm trái tim nàng. Thời gian như ngừng lại, không gian tan vào cõi không mơ hồ diệu vợi. Xa xa, thăm thẳm tiếng gà khuya giật mình cùng ánh trăng vô tình trải xuống cánh đồng quê đang yên ngủ. Tôi ngồi sát vào bên Sương, ngại ngùng:

-Anh xin cảm ơn trái tim thầm lặng của em, cảm ơn Thượng đế đã đưa xuống trần gian một thiên thần bé bỏng cho anh. Thiên thần ấy sẽ ngự trị tâm hồn và cuộc đời anh mãi mãi.

Nàng ngây thơ đáp lời tôi:

- Nhưng anh đã bỏ rơi thiên thần ấy lại chốn quê nghèo này để đi tìm một tương lai cho đời anh. Em cứ thấp thỏm đợi chờ và hồi hộp lo âu. Và em có linh tính hình như có một thế lực vô hình nào đang rình rập cướp mất tình ta.

Ba mẹ tôi bắt tôi phải học hành thành công để rộng đường tương lai cho tôi. Từ ngày bước chân lên tỉnh học, tôi thấy càng yêu cái quê hương nghèo khó của tôi, có lẽ vì nơi ấy có nàng. Tôi đâu có ngờ từ đây, đời tôi lại gắn với đời nàng. Mai này nếu tôi phải giã từ bờ tre gốc rạ của quê hương để ra tỉnh sống, tôi không thể chỉ mang theo hình bóng của nàng mà phải mang theo cả cuộc đời nàng. Tôi tưởng tượng một ngày được sống bên nàng, nâng niu chăm sóc cho nàng, tự nhiên tôi thấy tình yêu thật là cao quý và thiêng liêng biết chừng nào! Tôi đưa tay nắm bàn tay ngọc ngà của Sương, giọng run run thì thầm:

- Vâng, bây giờ anh hiểu rằng em là trái tim của anh, tình yêu của em là khí trời cho anh hít thở từng phút từng giây. Từ nay đời anh không thể thiếu em được. Nhưng anh cần phải học để chuẩn bị tương lai cho cuộc đời hai chúng mình. Xin em hãy chờ anh.

-Em sẽ mãi mãi chờ anh, chờ cho đến già đến chết.Em sẽ là mãi mãi của anh.

Nhưng rồi nàng lại ngập ngừng:

-Nhưng cuộc đời con gái…em sợ lắm, đôi khi em nghĩ nó không còn là của riêng em!

Năm ấy, theo yêu cầu của ba mẹ , tôi phải vào Sài Gòn để học đại học, nếu không sẽ phải đi lính, còn Sương, sau khi tốt nghiệp trung học, đành phải gác bút ở nhà giúp đỡ Ba mẹ nàng. Thế rồi cũng đến ngày chiến tranh bao trùm lên từng tất đất, từng cọng rơm ngọn cỏ của quê hương tôi, mọi người phải đùm túm về thành phố. Ba mẹ tôi vào Nha Trang còn gia đình Sương chạy lên nương náu với người bác ruột ở Pleiku. Tất cả sự chia ly bắt đầu từ đấy. Tôi chỉ được Ba mẹ cho biết như thế, còn địa chỉ của gia đình Sương thì những người trong xóm cũng không ai biết. Mẹ tôi dỗ dành tôi: " Khi ra đi người ta còn không kịp chào nhau một tiếng, huống hồ địa chỉ của nhau, biết được nơi phải đến cũng là may mắn lắm rồi. Mai kia lần lữa mẹ sẽ tìm cho con".

Mấy năm sau, vì thấy tôi quá đau đớn, mẹ tôi cũng cố tìm, nhưng cũng chỉ nghe phong phanh là Sương đã lấy chồng. Chồng nàng là một sĩ quan không quân, đơn vị đóng ở Pleiku. Tháng Giêng năm 1974, vì giao thông đường bộ đã hoàn toàn bị cắt đứt, tôi mua vé bay ra Pleiku để tìm nàng, may ra còn được nhìn lại nàng, nhìn lại đôi bàn chân định mệnh của nàng lần cuối cùng. Suốt cả tuần, tôi đã lội hết các hang cùng ngõ hẻm, nhưng chỉ nhận được những cái lắc đầu. Nhiều đêm trắng, tôi lang thang trên những con phố trơn lầy đất đỏ, trời giá rét với những cơn mưa phùn cuối đông còn sót lại, xa xa vọng tiếng đại bác đì đùng, hình như tôi đã đi qua hầu hết các quán "cà-phê không ngủ", nhưng hình bóng nàng vẫn mờ xa nơi chân trời vô định. Niềm hy vọng dần dần lịm tắt trong lòng tôi.

Sau biến cố năm 1975, tôi nghe hình như Sương đã theo chồng di tản ra nước ngoài. Còn tôi ở lại đây, ôm nỗi buồn của một trí thức mới học xong hôm qua mà hôm nay đã lỗi thời, trong một đất nước hoang tàn sau hơn hai mươi năm chiến tranh, lòng người ly tán…hoài nghi mọi thứ giá trị, chân và giả lẫn lộn trên đời này, vết thương của xã hội đang tiếp

tục rỉ máu, chưa biết bao giờ sẽ lành. Nỗi cô đơn
và sự trống rỗng đang xâm chiếm cõi lòng tôi . Tôi
muốn trốn khỏi thành phố để quên đi sự phi lý của
cuộc đời. Bây giờ tôi không còn quyền tra hỏi mà
phải biến mọi thứ thành đức tin, một thứ đức tin mù
quáng, mà xã hội mới đã dạy cho tôi. Tôi muốn trở
về với những tháng ngày quê mùa dân dã, những
ngày tôi đã sống với Sương, với tình yêu đầu đời
trong suốt và long lanh như giọt sương mai. Tôi đã
đăng ký vào thanh niên xung phong.

Những ngày sống với bưng biền đỉa vắt, với
cuốc rựa dao găm, làm cho tôi quên hết mọi thứ trên
đời này. Duy chỉ có một thứ mà tôi không thể nào
quên được, đó là những lời thỏ thẻ ngây thơ, tình
yêu thanh khiết của nàng. Bao nhiêu năm qua, hình
như Thượng Đế đã đùa cợt trên chiếc lưng trần của
tôi, trên cuộc đời yếu đuối nhỏ nhoi bé bỏng và đôn
hậu của nàng. Đôi bàn chân của nàng đã in lên đời
tôi thành những dấu chấm. Chấm than, chấm hỏi,
chấm treo và cuối cùng là chấm hết. Nhiều khi tôi
hát nghêu ngao một mình trong bóng đêm: "Đôi bàn
chân ấy dẫm tình anh…. Bao năm ru mãi dấu không
lành…. Giữa đời gió cát em đâu ngỡ…. Anh vẫn yêu
hoài dấu bàn chân…". Thượng Đế đã đặt vào tay
một cô bé nhà quê một phép mầu để cô có thể cướp
đi linh hồn tôi.

Rồi một hôm tôi trở về thăm ngôi nhà chỉ còn trơ
những bức tường, mà tôi đã lớn lên bên cạnh nàng.
Những ngọn dừa, bụi chuối đã bị bom đạn xé nát, chỉ
còn trơ lại cái giếng khơi mà tôi thường xách nước
để rửa chân cho nàng, hình như vẫn âm thầm nguyên

vẹn. Có lẽ nó muốn làm chứng cho mối tình đơn sơ mộc mạc nhưng sâu thẳm của tôi.

Ôi chiến tranh! Chiến tranh đã cướp đi bao nhiêu thứ của con người, trong đó có tình yêu của tôi. Nàng đã ra đi cùng với hàng triệu người khác. Một cuộc di dân hiếm thấy trên thế giới này. Họ đã vội vã bỏ lại sau lưng quê hương, bạn bè, người yêu…, mồ mả ông bà, để ra đi. Mà lý do cuộc phân ly vẫn còn là một chấm hỏi lớn của lịch sử. Người ta đã phải mất bao nhiêu thứ, còn tôi chỉ mất đôi bàn chân mà hình như tôi đã lỡ yêu thương từ trong bụng mẹ. Một bí ẩn đẫm chất thơ của cuộc đời này.

Khe Trời

Cả đời hắn là một cuộc đi tìm, đi tìm chiều cao và độ sâu, hắn muốn luôn sống trong cảm thức về chiều cao và độ sâu, hắn không muốn kéo lê cái thân phận hắn trên mặt đất bằng , hắn có cảm giác bay bổng tuyệt vời nếu bên này là đỉnh cao và bên kia là vực thẳm, hắn thích úp mặt vào đỉnh núi, vào khe trời để nghe tiếng vọng của núi rừng, tiếng suối trong veo, vi vu dưới đáy vực, mà hắn gọi đó là tiếng nhạc trời, những âm thanh huyền diệu làm sao, hắn nói là hắn mãi đợi chờ, đợi chờ bao lâu cũng được, đợi chờ không biết mệt mỏi, vì đôi khi cả đời người, còn không được nghe.

Đêm nay, hồn thoát xác, hắn làm một cuộc hành trình dài đầy thi vị lên đỉnh thiên sơn, hắn đã đạt được chiều cao của ước mơ ngàn đời của hắn, từ nơi ấy, hắn được ngắm nhìn những dòng sông sao xanh thẳm, đang lấp lánh trong cõi vô biên, kiều diễm và kỳ ảo, nhưng sao, hình như chúng đang trốn chạy khỏi hắn,

những ngôi sao ấy đang đi tìm gì trong cõi vô thủy vô chung, hay là chúng cô đơn của chính cuộc đời hàng tỉ năm của mình, như chính xác thân hắn nơi trần thế này, chúng cũng sinh ra và chết yểu ư, chúng cũng ăn thịt lẫn nhau ư, hay những thiên hà sợ đôi mắt của hắn, có lẽ không, chắc là khoảng không đang giãn nở, và cái quy luật sinh diệt cũng đang diễn ra từng phút, từng giây, những vì sao cũng phải giẫy chết, những thiên hà rồi cũng biến mất trong tầm nhìn của hắn, trong cõi khôn cùng, lòng hắn bâng khuâng, ôi, cứ đến rồi đi, nhẹ nhàng, chóngvánh,

hắn đưa mắt nhìn xuống trần gian, nhức nhối, quằn quại và bi đát, những xác thân đang bồng bềnh , quay cuồng trong hoan lạc và khổ đau, dần dần mục rữa , có lẽ hắn cũng đã từng lấp lánh, từng ôm lấy bóng đêm, đã từng trốn chạy, từng yêu đương, từng truyền giống,

trong mớ hỗn mang kia, hắn chợt thấy dưới rừng cây rậm rạp, Plato đang ôm hôn thiên đàng của vũ trụ lý tính, còn Nietzche đang khóc cho "buổi hoàng hôn của những thần tượng", có khi lại cười trên đỉnh núi siêu nhân, không còn tìm ra dấu chân của chúa, Einstein bay vào khoảng không nhung lụa, ôm thiên hà trở về trái đất, bạc tóc với thời gian bất định, ôi cái trần gian vui nhộn, rối rắm, bi hài, hắn mỉm cười sung sướng, bí ẩn,

giữa hai đỉnh cao dựng đứng, dưới kia là sự thăm thẳm của suối khe, thăm thẳm không gian, và thời gian như dừng lại, một cuộc tìm kiếm bất tận, một cuộc gặp gỡ muôn niên, hắn úp mặt vào khe trời để nghe tiếng nhạc phiêu linh, cội rễ của hư không và tồn tại, đi giữa ánh sáng và bóng tối, phía trước là thiên đàng, phía sau là tuyệt lộ, không thể quay về, trên đỉnh thiên sơn hắn tận hưởng sự băng giá của tâm hồn hắn, hắn nằm sấp xuống đỉnh trời, điều quái dị mà hắn chưa từng gặp bao giờ, là hắn đang run rẩy trong nỗi sung sướng tột cùng, vô tận, như dài mãi đến thiên thu,

còn dưới khe suối kia là sự ấm áp đầy quyến rũ của đêm hoa đăng, hắn cảm thấy mình bé nhỏ, cô đơn, nhưng ân sủng tử sinh lại bày lên mặt hắn, suối khe không đáy, một thứ ánh sáng lung linh ảo diệu tỏa mờ, bao quanh là một rừng hoa cực lạc, bốc lên mùi hương của một thứ nước suối trời tinh khiết đến khôn cùng, mùi hương như kết tụ từ hồng hoang, trải qua thời gian hàng tỉ năm, tinh kết của muôn loài cỏ hoa, Thượng Đế cũng tắm gội từ nơi ấy, thứ nước của suối nguồn uyên nguyên, phải chăng đó chính là sản phẩm của Người, nơi gặp gỡ của tình yêu và thù hận, thiên đường và địa ngục, bóng tối và ánh sáng, đau thương và khát vọng, hằng sinh và hủy diệt, nơi mà bàn chân hắn đi qua, cũng là nơi tai mắt mũi và da thịt hắn đi tìm,

trong lúc hắn đang phiêu du trong mùi hương ảo diệu bốc lên từ đáy của khe trời, hắn chợt thấy Dante đang ôm Thần khúc hăm hở đi vào chín tầng luyện ngục, hình như Dante đang bay trong khe trời, giữa thiên đàng và địa ngục, đang bay trong niềm hân hoan của hắn, một cuộc rượt đuổi tìm kiếm văn chương giữa tồn tại và hư vô, đàng xa, Goethe đang dắt Mephistoles và Faust, ngọt ngào và mãnh liệt, rần rật chảy trong mạch máu hắn,

đang trong cơn mộng mị của đất trời, hắn bỗng nghe một giọng nói đầy nội lực, từ đáy khe trời vọng lên, hỡi kẻ đi tìm chữ nghĩa kia, ta chính là người mà ngươi muốn tìm, nhưng mật ngôn lại nằm trong chính hố thẳm của mỗi con người, thì dù ngàn đời, ngươi úp mặt vào khe trời để nghe lời nói của ta, ta cũng không có gì để cho ngươi, chữ nghĩa đang rắc đầy trên đường ngươi đi tìm, ngươi hãy ra đi…

Chuyến Tàu Định Mệnh.

[Viết tặng nhà thơ Tô Thùy Yên,
nhân ngày giỗ đầu của anh 21-5]

Ta về một bóng trên đường lớn
Thơ chẳng ai đề vạt áo phai
Sao bỗng nghe đau mềm phế phủ
Mười năm đá cũng ngậm ngùi thay.
Tô Thùy Yên

Bóng của hai người đàn ông đổ dài dưới ánh đèn hắt hiu vàng bệch, nhấp nhô trên mặt sân ga xi-măng lở lói bong tróc, lởm chởm đá. Đầu cúi thấp, họ lặng lẽ bước dọc theo đường ray hướng về phía bắc của nhà ga cũ kỹ, chỉ còn trơ trọi hai gian nhà nhỏ, mái ngói đã xỉn đen, vừa được vá từng mảng lớn, dấu tích của một thời bom đạn, một dành cho nhân viên gác tàu và một để đặt máy truyền tin.

Giá Ray, một cái tên nghe ngồ ngộ lạ tai, một cái ga xép, ở về phía bắc của thành phố Sài Gòn, trước 1975, nó còn nằm giữa rừng lá, nơi có thể ẩn nấp cho cả một sư đoàn, vùng oanh tạc trắng. Một nhà ga gần như đã hoang phế, lỗ chỗ những vết đạn đủ cỡ trên lưng, cũng may, nó không mang trong mình cái thân phận hủy diệt như bao nhiêu thứ khác ở xung quanh.

Đất ở đây lại rất mầu mỡ, mới được khai hoang bởi những người vừa bị đẩy sang bên lề xã hội. Những ngôi nhà mọc lên với tường và mái được che bằng lá buông, lá cọ, xám một màu tiều tụy hoang sơ. Nhà ga giờ đây chỉ là nơi tránh tàu chứ không còn đón khách, nên không được trùng tu, cái vẻ hoang phế gần như dần dà phủ lên gương mặt nó.

Hai người đàn ông dừng lại khi đã cách nhà ga khoảng vài trăm mét. Ánh trăng thượng tuần không đủ sức tạo hai chiếc bóng trên bờ đất lẫn với đá sỏi của đường ray. Nếu nhìn từ xa, người ta chỉ nhận ra hai vệt tối mờ, in trên nền trời đêm mùa đông hiu quạnh của một vùng đất vừa mới hồi sinh.

Người đàn ông đứng tuổi, tóc hoa râm, ôm vai cậu thanh niên rồi kéo sát vào người. Những cơn gió cuối đông nghe thấm buốt, càng làm hiện rõ cái đêm hãi hùng đó trong đầu ông.

Ba năm sau ngày chế độ miền Nam sụp đổ, trên chuyến tàu chợ xuôi Nam, đến ga Mương Mán, một thiếu phụ trạc 25 tuổi, tay dắt một bé trai, khó nhọc, hấp tấp leo lên tàu, sau khi ném 2 chiếc bao gai vào cuối toa. Người đàn bà có gương mặt thanh tú, dáng mảnh mai, nét đài các vẫn còn phảng phất trên đôi mắt đen ẩn dưới làn mi cong sâu thẳm, nước da trắng đã xanh xao mệt mỏi, nhưng thao tác khá nhanh nhẹn, sau khi đặt đứa con khoảng 3 tuổi ngồi trên dãy băng ghế đối diện với một người thanh niên, chị đưa mắt cho người đàn ông như muốn gửi đứa con, rồi vội vã đi ngược về phía cuối toa tàu, kéo hai cái bao gai chứa đầy cá khô, về nhét dưới gầm chiếc ghế mà đứa nhỏ đang ngồi, rồi ghé người ngồi sát bên cạnh. Chị đưa tay vén lại những sợi tóc mai xòa xuống mắt, rồi cúi hôn lên đầu đứa con, trước khi nó ngã gục vào lòng mẹ ngủ thiếp đi.

Người đàn ông lên tiếng:

-Chị xuống ga nào?

-Ga Giá Ray, chính xác là ở gần đó.

- Chị là người ở vùng Rừng Lá sao?

- Dạ… Nhưng không!

-Tôi chưa hiểu?

- Em không phải là dân Rừng Lá, nhưng đã là dân vùng này vì là diện "kinh tế mới".

- Chị phải đi kinh tế mới một mình với đứa bé sơ sinh?

- Vì là vợ sĩ quan ngụy, "gây nhiều tội ác"!

-Trước 75, anh ấy ở đơn vị nào?

- Đại úy chiến tranh chính trị sư đoàn 22.

- Chiến tranh chính trị thì không cầm súng, mà cũng không có quyền hành quyết ai?

-Người ta nói cầm bút như anh ấy, còn gây nhiều tội ác hơn người cầm súng. Anh ấy là một nhà thơ. Chắc nhà thơ làm chiến tranh chính trị, gây nhiều tội ác lắm phải không anh?

Người thanh niên tên Lâm nhìn xa xôi vào cánh rừng bạt ngàn lá buông lá cọ, xé gió chạy ngược với đoàn tàu ì ạch lướt tới trong đêm, trong đầu anh ngổn ngang những suy tư xuôi ngược xé nát cõi lòng. Hồi lâu, anh quay nhìn người thiếu phụ đáng thương và hình ảnh của người yêu tên Thư lại hiện về lãng đãng trong anh, "cũng may, hồi ấy ta chưa cưới nàng", anh thầm lẩm nhẩm.

- Gây tội ác hay không gây tội ác thì cũng tùy quan điểm của từng người, từng chính thể. Người ta nói "bên này dãy Pyrénée là chân lý, nhưng bên kia là sai lầm" mà chị!

- Tội ác hay nhân văn, chắc cũng phải có mẫu số chung chứ?

- Vâng, đúng vậy, nhưng cái mẫu số chung ấy còn nằm trong tay của lịch sử…

Người thiếu phụ chìm trong cơn u buồn, gương mặt như người về từ cõi âm, găng gượng hỏi:

- Còn anh, sao anh cũng vào đây?

- Khi tôi vào trại cải tạo được một năm, gia đình tôi cũng tự nguyện đi vào đây, nếu không muốn bị lưu đày lên vùng cao nguyên Dakto, theo sự chỉ định của chính quyền. Tôi ở trong trại KS 3 năm, mới vừa được thả ra cách đây một tháng, nay tôi vào thăm cha mẹ mình. Tôi cũng cùng số phận với chồng chị, nhưng thật tội nghiệp, anh ấy chắc phải ở lâu!

Người thiếu phụ trẻ gục đầu lên đứa con đang say ngủ, đôi vai rung lên, có lẽ là để nén tiếng nấc mà chị không muốn nó bật ra trước mặt người đàn ông vừa mới quen, khi nghĩ về những ngày tháng đơn thân nuôi đứa con trai 10 tháng tuổi, đã gần 3 năm nay, trong căn chòi tranh tre nứa lá, ngày nắng lửa, đêm mưa dầm gió hú, hòa trong tiếng ểnh ương và tiếng chim rừng khàn giọng, như nhắc nhở một thời hồng hoang nào, xa xôi lắm.

Ít đêm nào tròn giấc, chị thường thức dậy nửa đêm, lặng lẽ đẩy liếp cửa sổ nhìn vào rừng sâu thăm thẳm, vào khoảng không vô tận. Nhìn đứa con thơ say ngủ, chị càng nhớ đến T da diết. Nước mắt ràn rụa, chị nói trong khốn cùng " Anh yêu ơi, anh đã từng bảo em rằng "văn chương cứu rỗi con người", như lời của văn hàoVargas Llosa, và đúng như vậy, những vần thơ của anh đã cứu cướp đi linh hồn em từ thuở 15, nhưng bây giờ, chính những vần thơ ấy, lại giam hãm đời anh vào ngục tối, chưa biết bao giờ mới thoát ra được, để đêm đêm em phải lịm dần trong khắc khoải chờ mong…"

Hồi lâu, người đàn bà ngẩng lên, những sợi tóc còn bê bết nước mắt trên gương mặt thanh tú xanh xao, dưới ngọn đèn leo lét như còn gắng gượng nhả những giọt sáng vàng vọt từ trên trần toa tàu, chị nhìn người đối diện hình như cũng đang chìm trong suy tư. Chị nghẹn ngào:

- Không biết em còn sống nổi cho đến ngày anh ấy trở về?

- Chị đừng quá bi quan, bi quan không phải là điều cần thiết cho chúng ta lúc này. Thượng đế luôn luôn chừa cho ta một cánh cửa, ta nên cố lách qua cánh cửa hẹp này. Anh ấy rồi sẽ về như tôi. Tôi tin rằng những nhà thơ không bao giờ bi quan, vì trong họ luôn hiện hữu một chân trời mơ ước. Chị hãy cứng rắn lên vì chị còn cháu Nam để yêu thương và phải chăm sóc, còn có anh ấy, dù trong chốn lao tù, có lẽ không phút giây nào không hướng mắt về người vợ hiền, thủy chung đợi chờ, ánh mắt của chị sẽ xé toạc đêm đen để sưởi ấm lòng anh ấy. Đó là niềm hạnh phúc vô biên dù là trong hơi thở ngậm ngùi của sự kiên trung và lòng kiêu hãnh, thời gian sẽ dần xóa đi những tháng năm đen tối của đời người…

Lâm nhìn gương mặt ủ rũ của Thu Lan (tên thiếu phụ) đang thẫn thờ nhìn ra bóng đêm lướt qua thân tàu, rung từng nhịp trên đường ray già cỗi, trong lòng anh ngập tràn lo âu và thương cảm, anh chuyển câu chuyện sang hướng khác:

- Hình như chị đi buôn bán gì?

- Em mua cá khô từ Bình Thuận về vùng kinh tế mới này để bán, kiếm chút ít nuôi con. Ở đây dân nghèo lắm, chỉ ăn cá khô với rau rừng! Nguồn sống duy nhất của họ là lá buông và những khoai sắn trồng được, đem ra ngồi dọc theo quốc lộ bán cho khách qua đường trên các chuyến xe đò liên tỉnh.

- Nhưng sao chị phải giấu đút khổ sở quá vậy?

- Họ coi chúng em là loại người "phe phẩy", buôn lậu, nếu bị bắt sẽ bị tịch thu, có khi còn bị giam nữa! Em đã một lần bị 2 bao cá khô, em khóc hết nước mắt, đem thằng nhỏ này ra để làm "bùa hộ mệnh", nhưng họ vẫn không tha!

- Ôi cuộc mưu sinh trong tăm tối, khắc nghiệt quá!

- Nhưng em đâu còn cách nào khác! Tay yếu chân mềm, xuất thân từ một cô nữ sinh lớp 12, chỉ biết tung tăng nơi sân trường với bè bạn, lấy chồng chưa tới tuổi đôi mươi, chưa bao giờ biết đến cây cày, cây cuốc, bây giờ bị đẩy vào đây làm rẫy, làm sao em làm được, mà cũng không ai mướn, hơn nữa biết bỏ thằng nhỏ cho ai!

- Anh ơi, chút nữa đây, em và con em phải nhảy tàu.

- Nhảy tàu? Là sao?

-Hôm nay may quá, có anh xuống cùng ga, anh giúp em một tay nhé!

- Tôi sẵn sàng, nhưng có lẽ là nguy hiểm lắm, mình không nên đâu!

- Nếu đến ga, mình mới xuống, thì 2 bao cá khô của em sẽ bị tịch thu. Do đó khi cách ga chừng 100 mét, tàu sẽ chạy chậm lại, em sẽ ném 2 bao cá xuống, anh nhảy trước, em đưa thằng nhỏ này cho anh ẵm giùm và em sẽ nhảy theo cuối cùng, đi lượm hai bao cá, rồi mình cùng về. Lúc đó tàu chạy chậm lắm, em vẫn thường làm vậy, anh đừng lo!

Lâm nhìn người thiếu phụ trẻ mà lòng dâng trào nỗi lo lắng và thương cảm. Anh là đàn ông, nhưng chưa một lần dám mạo hiểm như vậy, hơn nữa cũng chưa có dịp nào để anh phải nhảy tàu, như cách mà những người phụ nữ buôn thúng bán bưng ở đây phải liều thân mình để kiếm chén cơm? Lâm ái ngại nhìn thiếu phụ:

- Vậy khi nào thì mình nhảy?

-Anh chuẩn bị đi, đến nơi em sẽ nói. Từ chỗ mình xuống, xuôi theo con đường mòn chừng 200 mét, cái chòi lá một gian là nhà của em, chắc nhà cha mẹ anh cách nhà em cũng không xa…

Mọi người trên tàu chắc còn đang ngái ngủ, con tàu hờ hững huýt còi tiến vào sân ga, còn Lâm thì rú lên " Trời ơi, Thu Lan, chị có sao không!", nhưng tiếng kêu thất thanh đó chỉ rơi vào khoảng không lạnh lùng, dưới màu sương mờ đục ánh trăng rằm cuối đông, nàng vẫn đang hôn mê, mặt úp sấp xuống mặt đá lởm chởm, máu không ngừng rỉ ra từ vết rách dọc theo cổ, có lẽ là do cái bàn đạp sắt lên xuống tàu cắt qua, khi Thu Lan ngã sấp, đầu va mạnh xuống đất, do cái áo lạnh vướng vào cần tay nắm. Lâm ngồi bệt xuống đất, xé chiếc áo sơ mi trắng đang mặc, quấn chặt quanh đầu nạn nhân, đặt đầu chị lên đùi của mình rồi gào to, để may còn có người đến giúp, nhưng sự gào thét của anh cũng chỉ rơi vào khoảng không lạnh lùng. Thằng bé, có lẽ không hiểu được câu chuyện, nhưng thấy mẹ nằm bất động, nó ôm mẹ khóc thảm thiết "mẹ ơi, mẹ ơi…mẹ đừng chết bỏ con…,tiếng rên của thằng bé cũng mất hút vào từng cơn gió đông nghẹn ngào.

Giữa khu rừng mênh mông, không còn biết kêu cứu ai, Lâm xốc Thu Lan lên vai đi về phía căn chòi của chị, tay dắt thằng bé vừa đi theo vừa khóc "mẹ ơi..mẹ ơi…". Trong nỗi đớn đau tuyệt vọng, người thanh niên cũng không ngăn nổi dòng lệ trào lên đôi mắt, mà bao nhiêu năm nay anh chưa nếm trải, kể cả trong những ngày cầm súng, thường xuyên đối diện với cái chết.

Người thiếu phụ nước da trắng bệch, hơi thở thoi thóp trên chiếc chõng tre lót lá, có lẽ đang cố hết sức để chống lại tử thần. Trước khi trút hơi thở cuối cùng dưới mái chòi lá Buông, trong khu rừng tràn ngập hoang vu, đã cố hết sức hé đôi mắt tím bầm đẫm lệ, một tay yếu ớt ôm đứa con vào lòng, một tay nắm áo Lâm, thì thào " Em gửi cháu Nam lại cho anh… xin anh hãy nhận làm cha thứ hai của nó.. mai mốt anh T. về…, anh trao lại cho cha của nó…, xin anh nhắn lại với anh ấy rằng… em xin lỗi,… vì không thể chờ anh ấy được. Dưới suối vàng em nguyền tạc dạ ơn anh!". Nàng buông đứa con thơ khỏi tay mình, khi nó còn chưa hiểu rằng mẹ nó sẽ ra đi vĩnh viễn. Nhưng một sức mạnh siêu hình nào đó cũng làm cho nó ôm chặt người mẹ xấu số, gào lên nức nở. Vạn vật như chìm vào bóng đen thăm thẳm trước mặt Lâm, anh cúi xuống ôm lấy thiếu phụ " Thu Lan ơi, giữa cái mênh mông nghiệt ngã của số phận, tôi đành bất lực, tôi có tội với chị và với anh ấy!".

Hai người đàn ông mở cửa bước vào căn nhà mà 25 năm trước họ đã tiễn đưa người thiếu phụ xấu số ra đi trong tức tưởi giữa tuổi thanh xuân. Nhưng hôm nay trở về, trên chiếc bàn thờ bằng mi ca chân sắt đơn sơ, lại có đến hai tấm bài vị của đôi vợ chồng, hình như họ đang nhìn nhau mỉm cười vào lưng của thế cuộc. Nam quỳ xuống ôm 2 tấm bài vị, gục đầu khóc nức nở. Hồi lâu, cậu ngẩng nhìn lên hai tấm liễn vải thô màu trắng treo trên vách hai bên bàn thờ, đọc những câu thơ nhói lòng của cha mình để lại, người cũng đã ra đi cùng với mẹ, sau hai năm cậu theo người cha nuôi đến xứ người: *"Ta khóc tạ ơn đời máu chảy/ Ruột mềm như đá dưới chân ta/ Mười năm chớp bể mưa nguồn đó/ Người thức mong buồn tự cõi xa...*

*"Ta về như lá rơi về cội/ Bếp lửa nhân quần ấm tối nay/ Chút rượu hồng đây xin rưới xuống/ Giải oan cho cuộc biển dâu này..."**

Sau hơn 10 năm "mặt sạm soi khe nước", để "hóa thân thành vượn cổ sơ"*, người tù, nhà thơ tên T. được thả về từ núi rừng, với tấm thân xiêu vẹo trên đôi nạng gỗ của thời gian. Hôm được ra trại, không biết ghi địa chỉ ở đâu, cuối cùng, anh ghi vào hồ sơ: "Rừng lá, Xuân Lộc…", vỏn vẹn chỉ có thế. Cũng may, còn lại cái xum mái lá để anh ghi vào hồ sơ của người được "khoan hồng", cái địa chỉ mông lung, không khác gì người ta nói là về âm phủ, chung chung!

Chỉ một năm sau ngày trở về, anh được đi định cư ở Mỹ theo diện HO ưu tiên vì bị thương tật, nhưng anh nhất định ở lại cùng Thu Lan, người vợ mà anh biết rằng trong từng giấc chiêm bao của nàng đều có hình bóng của anh. Anh ở lại với cái mái lá mà nàng và đứa con dại mới 10 tháng tuổi đã núp dưới búa rìu của nhân gian, gần 4 năm trời, trong những đêm mưa rừng như trút nước, người yếu vía có thể nghĩ đến một trận hồng thủy. Anh ở lại với cánh rừng lá Buông bạt ngàn nắng lửa mưa dầm, trên lưng hứng chịu không biết nhiêu tấn bom đạn của một thời đất nước nồi da xáo thịt. Anh ở lại, để đêm về được ôm tấm di ảnh của Thu Lan bên mình, một thời là hoa khôi của một trường trung học. Anh ở lại để mỗi sớm mai anh được thắp nén hương lên ngôi mộ đất với bát hương làm bằng vỏ đạn, để tạ lỗi với nàng. Và anh ở lại để đêm về được nghe tiếng rít của chiếc bánh sắt nghiến vào nỗi đau khôn cùng của anh, tiếng còi của chuyến tàu định mệnh, không chỉ là định mệnh của anh và Thu Lan, mà còn là định mệnh cho cả cuộc bể dâu này. Anh sẽ mãi mãi nằm lại trong nấm đất của quê hương, nơi rừng thiêng, bên cạnh người con gái anh yêu…

** TA VỀ, thơ Tô Thùy Yên*

Bầu trời và nghĩa trang con chữ

NÀng bước ra từ chốn hồng hoang, với những nơ-ron xám tinh anh, nàng bảo ta lục lọi trong ẩn ức libido, vì nàng ghen với những Mona Lisa trong hồn ta, nên nàng bắt ta phải phơi bày cái ký ức hoang dã của ta ra trước mắt nàng tất cả những hình thù của loài âm mao chất chứa trong thiên đường và ngục thất mà ta tự xây trên bước đường du mục, qua tuyết băng, sa mạc, qua từng ngày khô khốc, từng đêm thức trắng nồng nàn, nhưng ta không có những Mona Lisa để cho nàng xem, ta chỉ còn trong hồn những con chữ ngô nghê nhưng thuỷ chung trong sáng, vừa lượm ở ven đường, mà có khi, con người cũng đã lãng quên,

ngày hoang, đêm hoang, ta chắt chiu từng con chữ như những con ốc muôn màu long lanh vớt lên từ lòng biển sâu câm lặng, dành để làm chuỗi hạt đeo vào cổ nàng, hóa thân thành những vần thơ chắp cánh cho nàng bay lên,

nhưng nàng bảo rằng, trong thế giới đảo điên, chênh vênh bóng chim trên nền trời đầy gió bão của kim tiền và gươm giáo, hận thù, những vần thơ kia sẽ nổi trôi lạc lõng, xin chàng hãy cởi chuỗi ngọc ra khỏi cổ em,

không đâu em, ta sẽ trở về lượm lặt những chữ nghĩa còn tiếc thương tiếng chim của những sớm mai hồng vương trên mái tóc, dành dụm cho sự cứu chuộc của một thời mạc vận giống người, để ta đi tìm về siêu nhân trong mắt Nietzsche, ta lại ngồi bên nàng mà chữ nghĩa rẩy run phủ lên người nàng, thành những viên ngọc trai lóng lánh,

ta đưa nàng đi tìm lòng vị tha trong con chữ, để đạn bom và quyền lực không nhân danh thứ đạo đức bịp bợm mù lòa, nghệ thuật trở nên phù phiếm và phật chúa cũng chỉ được đưa ra để lừa bịp viễn vông, không tu chính tâm linh, cuộc tồn sinh sẽ trở nên vô nghĩa,

ta trở về đồng cỏ mịn xanh, ngát hương hoa dại, để ta yêu nàng như yêu con chữ từ thời bập bẹ nguyên sơ, rồi từng ngày, ta vẫn phải băng qua những nghĩa trang chôn cất những con chữ hàng ngàn năm, những áng văn chương tuyệt bút, miệng há hốc ngước nhìn vầng trăng không chịu tắt, làn mưa réo rắt dáng thu, những con chữ tái sinh từ nơi nghĩa trang hoang lạnh, hay sinh ra từ sông núi kỳ vỹ hoang vu, lung linh trong khoảng trời kim cổ, từ lòng đam mê trắc ẩn của giống người, vì còn đoái thương cho thời tàn úa văn chương, không bao giờ tàn lụi,

nàng ơi, ta chẳng có gì đáng giá để tặng cho nàng đâu, kể cả bóng dáng của nàng Mona Lisa mà Leonardo Da Vinci bỏ lại, chỉ có những con chữ còn sống mãi trên bầu trời phủ kín hồn ta.

Ngàn Năm Sóng Vỗ

"Ta thấy em trong tiền kiếp". TCS

Sau cơn hôn mê dài từ tối hôm qua, đêm nay, Quang tỉnh lại, ngơ ngác nhìn lên trần nhà lung linh ánh đèn trắng bệch, phăng phắc, lạnh lùng. Chiếc quạt vẫn quay tít trên đầu, mọi vật quay cuồng theo qui luật của dòng chảy tạo hóa, dửng dưng.

Quang chợt nhận ra mình đã hôn mê, nghĩa là anh đã chết, vì đã thoát khỏi trần thế này một thời gian, thoát khỏi những đảo điên của loài bướm đa tình bên những cánh hoa không hề nghĩ mình đang chờ đợi, vướng vào những hồi chuông tiễn biệt của giáo đường.

Nhưng Quang cũng lại thấy rằng mình không chết vì mình không lên được thiên đàng hay xuống địa ngục, không thấy những cuộc truy hoan, ẩm thực linh đình nơi nước Chúa, không thấy những đêm dài đàn ca cho những cuộc tân hôn bất tận của những cặp nhân tình còn vui trong vườn địa đàng, và cũng không thấy chúa đang bay trong khoảng mênh mông không đầu không cuối của vũ trụ, anh cũng chưa đi qua chín tầng luyện ngục, chưa thấy Dante ôm tuyệt tác La Divina Commedia rong chơi cùng với Virgilius, ngân nga với hàng vạn câu thơ bất hủ.

Vậy là ngủ hay là chết, Quang không thể xác định, anh cảm thấy hoang mang! Bỗng dưng Quang thấy lạnh. Cái lạnh hình như đã xa xôi lắm, trở về. Chiếc áo lót trên ngực Quang ướt đẫm. Ai đã đổ nước trên ngực anh chăng? Vô lý! Không, anh cố mường tượng lại…

Buổi tối hôm ấy, Quang băng qua đường khi con phố đã thưa người, nhưng bỗng đâu, một tốp xe máy, không kịp nhận ra là mấy chiếc, lướt tới, anh không kịp phản ứng, thì một chiếc trong bọn, dù có hãm phanh, vẫn hất văng anh xuống đường. Quang đập đầu xuống đất, lã đi. Cả bọn đều bỏ chạy.

Người đi đường đưa Quang vào đặt nằm trên sàn nhà, máu ra nhiều ở miệng, mũi và chân. Quang nhắm mắt, nửa sống nửa chết. Đứa con gái ôm chặt tay cha vào lòng, nức nở nghẹn ngào " Ba ơi, ba đừng chết bỏ con. Hãy mở mắt đi Ba. Ba chết rồi ai nuôi con…Ba ơi, ba ơi…ba đừng chết…". Lời réo gọi thống thiết của đứa con gái lên năm, làm cho tim anh nhói lên từng hồi. Anh cố hết sức hé mắt nhìn đứa con đang nước mắt ràn rụa, không chịu bỏ tay người cha ra. Còn phía bên trái Quang, là người con gái tuổi đôi mươi, cúi sát xuống ngực anh, nói nhỏ nghẹn ngào: "Thầy ơi, thầy không sao đâu, chúng em sẽ đưa thầy đi bệnh viện, thầy đừng bỏ chúng em, chúng em buồn và thương thầy lắm!"

Người con gái mà nước mắt làm ướt đẫm ngực áo của Quang đã cùng hai cô bạn đỡ anh dậy, đưa ra chiếc xích lô đang chờ sẵn bên lề đường, cô bật mui xe, sửa tư thế ngồi vững chải cho người thầy của mình, rồi tay vịn càng chống mui, ghé mông ngồi giữa hai đùi của người bệnh.

Đoạn đường đến bệnh viện không xa, nhưng cô gái cảm thấy rất dài, phần thì mỏi vì ngồi sai tư thế, phần vì quá lo lắng cho người bị thương đã mất nhiều máu. Thỉnh thoảng cô quay lại lay thầy và hỏi: " Thầy ơi, thầy có mệt lắm không?". Nhưng câu hỏi của cô chỉ rơi vào im lặng.

Đêm ấy, sau khi thực hiện xong thủ tục cấp cứu, người bác sĩ trực cho biết, nạn nhân chỉ tổn thương phần mềm và chấn động não khá nặng, cần một thời gian để ổn định lại. Hải Vân (tên của cô học trò cũ của Quang) ghé sát tai thầy và nói: "Thầy ơi, thầy không sao đâu, vài hôm thầy sẽ khỏe lại thôi, bây giờ, em phải về, mai em lại vào thăm thầy". Nhưng cô không nhận lại được câu trả lời hay cái gật đầu nào.

Bẵng đi hai hôm, Hải Vân không trở lại như đã hứa. Quang nghĩ, chẳng lẽ hôm ấy mình nửa tỉnh nửa mê, đã nghe nhầm… Bất ngờ, đêm nay cô lại đến, khá muộn, khi mà trong phòng lưu bệnh nhân, duy chỉ có Quang là còn trằn trọc, chưa ngủ được. Không biết là anh trông đợi gì, nhưng đôi mắt cứ ráo hoảnh, dù anh đã cố khép lại, cố quên đi, thời gian như ngưng lại… Thấy Hải Vân vào, Quang mừng rỡ ra mặt, và chống tay ngồi dậy, trong tư thế tựa lưng vào chồng gối kê ở đầu giường. Hải Vân đặt túi trái cây lên chiếc tủ bệnh nhân, rồi kéo ghế ngồi sát vào gường:

- "Em bận chút việc nhà, vào muộn, phá giấc ngủ của thầy, em xin lỗi". Hải Vân rụt rè, nhìn thầy, đôi mắt buồn, sâu hun hút.

Hôm nay, sau bao nhiêu năm, cứ ngỡ dòng đời đã đưa mọi thứ vào quên lãng… Gặp lại Hải Vân, Quang ngỡ ngàng, trông cô trò cũ, nay có khác đi nhiều. Mái tóc để dài nửa lưng, đen nhánh, rẽ ngôi giữa, cột thành hai búi vắt ra trước vòm ngực nẩy nở của tuổi thanh xuân, trông rất nhí nhảnh, nghịch ngợm, nếu cộng với đôi mắt nguýt dài thì cậu con trai nào cũng phải đổ, nay đã thành mái tóc tém kiểu nửa con trai, khá tân thời, nhưng không hề mất đi vẻ thơ mộng ngày xưa. Đặc biệt là đôi mắt vẫn long lanh dưới hàng mi cong mượt, đôi mắt ngày ấy đã từng nhốt hồn Quang sau những giờ tan học, một thời đã ám ảnh nhiều thầy giáo trẻ. Quang cố giấu ý nghĩ đó vào lòng, anh nhìn sâu vào đôi mắt liêu trai ấy, đỡ lời:

- "Thầy cảm ơn em, thầy vẫn chưa ngủ được, mấy hôm nay rất khó ngủ. Em cho thầy xin lỗi, mãi đến bây giờ, thầy vẫn chưa nhớ được tên em".

- "Đã bao nhiêu thế hệ học trò đã đi qua đời thầy, làm sao thầy nhớ hết, chỉ có chúng em là không thể nào quên thầy. Em tên Hải Vân, học lớp 12A, năm ấy thầy dạy môn triết, thầy cũng là thầy giáo hướng dẫn của lớp em. Hồi ấy, thầy rất trẻ trung, hiền lành, luôn gần gũi, chuyện trò, tìm hiểu và chia sẻ những khó khăn với chúng em, riêng em lại cố né tránh thầy vì ngượng ngùng, nhưng chúng em rất yêu quý thầy".

Những thước phim một thời tuổi trẻ đầy mộng mơ của cuộc đời kéo qua ký ức, trong cái đầu còn ê ẩm, làm cho Quang năm im, nhìn đăm đăm cô học trò mảnh mai yếu đuối, còn đôi mắt cứ sâu thẳm long lanh. Anh nhớ lại năm ấy Hải Vân ngồi ở đầu bàn thứ hai, dãy bên phải, thường dán mắt vào anh trong các bài giảng, nhất là hôm, trong bài "Triết học là gì? Vì sao có triết học". Cô thường tra vấn anh về những điều mà cô bâng khuâng, ray rứt trước cuộc tìm kiếm bất tận của phận người. Nhờ có Hải Vân mà giờ học, lúc nào cũng sinh động, thú vị. Anh nhớ lại, mình cũng đã từng lặng lẽ rơi nước mắt suốt hai giờ đồng hồ trên giảng đường đại học, trong một giờ giảng của một vị giáo sư, người thầy uyên bác đáng kính.

Thoáng giây phút im lặng, Quang nói rất khẽ:

- "Thầy cảm ơn em đã cho thầy sống lại với ký ức, những ngày đẹp nhất đời mình. Hôm nay được gặp lại em trong hoàn cảnh này, thầy vô cùng xúc động, hạnh phúc, biết ơn em và biết ơn cuộc đời. Chiến tranh, chủ nghĩa, quyền lực, hận thù, và cả thời gian đã không thể chia cách chúng ta. Thầy chợt hiểu ra rằng, chính sự sống mới là vĩnh cửu, chứ không phải là cái chết".

Hải Vân lặng lẽ nhìn người thầy đang nằm dưỡng thương, cô cũng nhận ra rằng, nơi đây có thể là nơi kết thúc một cuộc đời, nơi để người ta nhỏ những giọt nước mắt xuống những cuộc phân ly, nhưng cũng là nơi mở đầu cho sự tái sinh, mở đầu cho những vòng quay bất tận. "Sự sống là vĩnh cửu". Câu nói của thầy giáo, vô tình thổi vào hồn cô một sức sống, một niềm hy vọng mới, giúp cô bước tiếp về phía trước.

Hải Vân, đưa tay cầm tay thầy, chậm rãi:

- "Lần này em về thăm quê, rất may được gặp lại thầy, em rất vui vì đó là điều mà em thầm mong ước bấy lâu, dù là trong hoàn cảnh thầy không may bị tai nạn, còn em bây giờ…"

Bỗng giọng của cô trầm xuống, gần như nghẹn ngào. Quang thấy đôi mắt Hải Vân đỏ hoe, anh nắm chặt tay cô, đỡ lời:

- "Em bây giờ làm sao...thầy thấy em có sức khỏe, xinh đẹp và thông minh, thầy tin rằng em sẽ thành công và hạnh phúc". Hải Vân tiếp lời thầy:

- "Bây giờ… em xin giã biệt thầy. Ngày mai em phải đi xa, chưa biết ngày nào được gặp lại. Em cầu mong thầy sức khỏe và có cuộc sống hạnh phúc. Em sẽ không bao giờ quên ơn thầy đã dạy dỗ và yêu thương em…".

Quang thảng thốt ngồi chồm dậy khi thấy Hải Vân vội quay người, đôi vai rung lên, đứng dậy và bước nhanh ra phía cửa phòng. Anh nhìn theo Hải Vân rất lâu, như muốn chờ cho cô đi thật xa về cuối hành lang, dù biết đó chỉ là cái nhìn trong tâm tưởng…Anh nằm xuống, mắt sững sờ vào sự lặng lẽ của không gian trắng bệch, trái tim anh như giãn ra, trống trải hoang hoác. Quang cảm thấy như anh chỉ còn lại cái xác thân mệt mỏi, đẫn đờ, còn tâm hồn thì hình như Hải Vân đã mang đi rồi. Bao nhiêu năm nay, anh cố quên đi nỗi khát khao được an ủi vuốt ve của một người đàn bà, bỗng chốc, bây giờ đột nhiên, nó lung linh quay lại.

Hôm nay một buổi sáng đầu hạ, biển Qui Nhơn, sóng êm đềm, đang từng đợt, như thay cho Quang, hôn lên bãi cát vàng, mà anh đã từng nằm phơi mình trong nắng. Trong quán nhạc lấy tên cố nhạc sĩ Trịnh Công Sơn, tọa lạc sát đường Xuân Diệu, anh chọn một vị trí tiện quan sát khoảng bao la trước mặt, giúp anh no tầm mắt khát khao…

Mới đó mà đã bao nhiêu năm xa lắc. Ngày ấy, buổi hoàng hôn nào, sau một ngày lên lớp, Quang cũng gọi một người bạn xuống đây hóng gió, bàn chuyện chiến tranh (ngày một khốc liệt trên quê hương rách nát mỏi mòn), và nghe nhạc phản chiến của Trịnh, nhiều bài Quang như đã thuộc lòng. Anh còn nhớ nơi đây là một rừng dương liễu cợt gió vi vu, làm nhân chứng cho một thời thanh bình ở cái thị xã thơ mộng màu biển xanh và nắng vàng, nhưng cách đó không mấy xa, thì quê hương vẫn ngập tràn trong khói lửa.

Quang đưa mắt dõi theo một cô gái đội chiếc nón lá cọ rộng vành, bước liêu xiêu trên bãi cát, hướng về phía Ghềnh Ráng, anh bỗng nhớ đến đứa con gái duy nhất của anh, nay cũng trạc tuổi ấy, vừa mới lấy chồng, bỏ lại anh, một chú gà trống không cần nuôi con nữa. Anh tủm tỉm cười một mình.

Quang liếc nhìn đồng hồ. Đã quá giờ hẹn 30 phút mà sao vẫn chưa thấy Hải Vân đến. Anh hơi sốt ruột…Bỗng một chiếc taxi dừng gấp bên lề đường, ngay trước quán, cửa xe bật mở, một thiếu phụ từ trong xe bước ra, dáng cao gầy, chiếc váy xe-rê màu xanh biển trông rất sang trọng, Quang nhận ra ngay đó là Hải Vân, một Hải Vân có cái dáng không khác gì, so với bao nhiêu năm trước, nhưng bây giờ trông đài các hơn nhiều. Quang đứng lên bước ra tận lề đường đón cô. Bỗng anh thấy Hải Vân bước vội về phía anh, mở rộng đôi cánh tay, chồm về phía trước cho anh. Sợ Hải Vân bị ngã, Quang dang rộng đôi tay ôm chầm lấy cô, trong khi cô cũng ôm chặt cổ anh. Hải Vân làm cái động tác khá tự nhiên của phong cách nước ngoài, còn Quang có vẻ hơi ngượng ngùng. Trong giây lát Hải Vân bỏ tay ra khỏi người Quang, nhìn Quang và nói " Gặp lại thầy em rất vui, đã gần 30 năm rồi, ôi nhớ lắm". Quang cầm tay Hải Vân, nhìn sâu vào mắt cô, nói lời cảm ơn rồi đưa cô vào quán.

Hôm nay không phải là ngày cuối tuần, bây giờ cũng đã nửa buổi sáng nên quán gần như hết khách. Hai người ngồi bên nhau. Biển trông thật thanh bình, quyến rũ với tất cả sự dịu dàng của một cô gái ngủ trong cõi nắng vàng bao la trải dài trên bãi cát, những tảng "mây biển" thưa thớt in bóng mình thành những vệt dài thẩm màu trên mặt nước êm đềm xanh biếc. Quang nhấp một ngụm cà-phê, rồi như lẩm nhẩm trong đầu " Mây Biển… Hải Vân…".

Quang đang đăm chiêu theo tiếng nhạc Trịnh vô tình phát ra từ cái loa gắn ở góc phòng, nghe rất ấm "Ta thấy em trong tiền kiếp…như cọng buồn cỏ khô…Ta thấy em đang ngồi khóc…khi rừng chiều đổ mưa…". "Vâng, ta đã thấy em trong tiền kiếp rồi…", Quang lẩm nhẩm trong đầu. Bỗng sực nhớ, anh quay lại phía Hải Vân:

- " Thầy không ngờ còn được gặp lại em… Cứ tưởng thời gian là một mũi tên, mất hút về phía bên kia của cuộc tồn sinh cũng bất tận như nó…".

Hải Vân đặt ly nước trái cây ép xuống bàn rồi nhìn Quang:

- "Nhưng em lại nghĩ khác. Em tin chắc rằng em sẽ gặp lại thầy, vì "mọi thứ đều có thể", ngày xưa thầy từng dạy chúng em như vậy mà!".

Nghe Hải Vân nhắc lại lời ngày xưa, trên lớp, anh giật mình và hiểu rằng, nàng đã ghi từng lời của anh vào ký ức. Thời gian thường làm trôi đi mọi thứ mà người ta muốn quên nhưng cũng sẽ sẵn sàng làm nhân chứng cho ký ức của những ai muốn giữ lại một sự êm đềm hay nỗi chua chát của đời mình. Cũng chính vì thế, Quang cũng không thể nào quên cái ngày mà người vợ thân yêu bỏ anh và đứa con gái 3 tuổi, sau năm 75, để đi lấy một ông cán bộ có thế lực, "về từ rừng hoang", rồi sau đó ông ta bị đuổi việc vì tham ô, đã tìm cách dẫn nhau chuồn ra nước ngoài, cách đây không lâu. Sau ngày chia tay với Thư, Quang buồn nên thường hay uống rượu và anh có thời gian để viết, nhưng nghiệp văn chương trong cái thời đại chính trị và kỹ thuật làm chủ soái, anh cũng không thể sống với nó, nên vẫn phải "ôm" cái nghề dạy học, được một thời gian, anh chuyển vào Sài Gòn.

Nhìn Hải Vân, Quang cười thầm trong bụng "ngày xưa, một người đã ra đi, hôm nay, một người khác lại trở về, bàn tay thượng đế không bao giờ chịu để yên, và có lẽ, anh đã vô tình rơi vào cái bẫy đầy tinh nghịch của ngài".

Quang chợt tỉnh, anh quay lại và phát hiện ra, hình như Hải Vân cũng đang chìm vào cái quá khứ không mấy yên ắng của nàng. Quang như muốn chia sẻ:

- "Ngày ấy, chia tay thầy, em nói em sẽ đi xa, có lẽ là em đi nước ngoài phải không, nhìn em, thầy cũng đoán ra, em không phải là một phụ nữ đang ở trong nước?".

Hải Vân quay lại nhìn anh, dịu dàng:

- "Thầy ơi, có phải chăng, con người dù có bôn ba nơi chân trời góc biển cũng không thoát khỏi vòng quay của số phận mà tạo hóa đã nặn ra, em đã theo chồng ra đi theo diện HO, qua Mỹ mới 8 năm, anh ấy đã bỏ em một mình ở lại với 2 đứa con, sau một tai nạn giao thông, và chắc thầy cũng đoán được, là em đã đau buồn và cơ cực đến như thế nào! Giá như ngày ấy em không lấy chồng sớm và không ra đi, thì có lẽ bây giờ không phải trở về, em trở về trong vòng tay vừa cay đắng vừa ngọt ngào của số phận, ở cái tuổi...!", cô ngập ngừng và kịp dừng lại. Nghe Hải Vân tâm sự về cuộc đời không mấy may mắn của mình, anh cũng thấy ngậm ngùi. Nhưng để phá tan cái không khí nặng nề, anh mỉm cười với cô:

- "Nhưng hình như thượng đế luôn biết cải tiến phương pháp của Ngài, chuyện không may của chúng ta hôm qua, lại là điều may cho hôm nay, có như vậy thầy mới được gặp lại em...".

Hai người cùng im lặng nhìn nhau để theo đuổi ý nghĩ riêng thoáng qua đầu mình, hình như họ cùng cảm thấy vui, sau câu đùa của Quang.

Quang nhìn đồng hồ, đã gần 12 giờ. Anh nắm tay và nhìn vào mắt Hải Vân:

- "Trưa nay, thầy mời em dùng cơm với thầy. Em còn ở Việt Nam bao lâu nữa, và hiện đang ở đâu?".

Hải Vân nói như thỏ thẻ:

- "Em còn ở lại quê hương lâu mà thầy, đã bao nhiêu năm rồi, em cũng mỏi mòn mong đợi... Em đang ở khách sạn H.Y, phòng 301. Chiều nay 5 giờ, em mời thầy đến đó, rồi ta cùng đi ăn. Bây giờ em đã lỡ hẹn với bạn, em xin lỗi thầy."

Hải Vân nhìn người thầy cũ rất lâu và ôm chào Quang theo kiểu tây. Quang gọi taxi và đưa cô ra đường. Hương thơm của biển hòa trong nắng trưa phả vào gió nồm làm cho hai người thấy khoan khoái dễ chịu.

Khi chiếc taxi của Hải Vân đã lao đi, Quang tản bộ trên đường Xuân Diệu, về phía thành phố. Bóng dừa lỗ chỗ dưới chân anh. Hình như anh đang miên man theo những dấu chấm hỏi, quanh quẩn mãi trong đầu. "Hải Vân đã yêu mình chăng, yêu từ bao giờ, phải chăng là từ cái tuổi học trò mộng mơ ấy?". Còn anh, ngày ấy, chỉ biết say sưa và đắm đuối trong những bài giảng triết học, như đã nhiễm nặng trong máu, và lắm khi chết sững trong đôi mắt đa sầu đa cảm của cô học trò thông minh xinh đẹp ấy, nhưng vẫn phải giữ phong thái đạo mạo của một người thầy, một ông cụ non. Có ngờ đâu đôi mắt ấy, từ ngày gặp lại, khi anh bị tai nạn, và giờ đây lại trở về lay động trái tim anh mãnh liệt, mà anh chưa từng trải qua trong đời, con tim đớn đau thương tật, mà đã từ lâu, anh muốn cho nó ngủ yên. Nhưng phải chăng bàn tay của tạo hóa trớ trêu, cứ khép lại rồi mở ra, vô tình đùa cợt lên những con tim lỗi nhịp, lên thứ tình yêu từ cái thắt lưng trở lên, như một trò chơi oan trái. Và giờ đây anh đã yêu nàng

Dù mặt trời đã gần đứng bóng, ánh nắng bắt đầu gay gắt, nhưng Quang vẫn lầm lũi bước đi, như đang đi dưới ánh trăng.

Mùi hương thiếu phụ như còn lẩn khuất trong hồn, làm cho lòng anh xao xuyến kỳ lạ! Anh lẩm bẩm, "gặp em ở phòng 301 ư , nên chăng?".

Bây giờ, với luật pháp, giữa anh và Hải Vân không còn một ngăn cách nào nữa, và nàng cũng chỉ kém anh 7 tuổi, nhưng anh thầm nhủ, "ta không thể đến đó", nơi đó biết đâu sẽ là "cạm bẫy của tình yêu", khi mà cả hai sẽ không kiềm chế được, khi tình yêu chưa đến độ chín mùi. Với người đời, giữa ta và nàng, vẫn còn một khoảng cách vô hình rất lớn, hai chữ "Thầy-Trò", nghe như còn mãi mãi thiêng liêng, dù giờ đây anh đã rất yêu nàng.

Quang thì thầm trong cay đắng: "Hải Vân ơi, em là Mây Biển, xin em hãy lunh linh trên bầu trời đầy nắng và gió, làm đẹp cho màu biển thắm quê hương, che mát cho bầu trời trên đầu anh. Còn anh, thì xin luôn khắc ghi hình bóng em trong tâm tưởng và mãi hát rằng: "Đời anh gió dập sóng cuồng. Lênh đênh trong cõi vô thường gọi em". Anh xin gửi nhịp đập của trái tim mình lên đầu những con sóng ngàn năm. Và em ơi, có lẽ, những gì mà ta có thể cho nhau, cũng chỉ còn lại bấy nhiêu thôi!"…

Tiếng Búa

Đ ó là một căn nhà cổ, có khu vườn nhỏ bao quanh, trông có vẻ nên thơ, nhưng vì cây cối rậm rạp, không được chăm sóc, tỉa xén, nên tự nhiên nó lại tự phủ một màu ma quái lên cái vẻ thơ mộng đó. Người hàng xóm đặt cái tên cho nó, nghe hơi rờn rợn, "nhà ma". Hình như sự tồn tại của căn nhà là một sự đùa cợt quá đà của kiếp nhân sinh, người ta có thể không tin được điều đó, nhưng cũng không thể bác bỏ.

Dù không ai biết, cũng không ai dám tin trong nhà ấy có ma, nhưng chỉ nhìn vào cái vẻ hoang lạnh của nó cũng đủ thấy màu ma quái trùm lên căn nhà. Riêng việc những người ở trong căn nhà cũng là điều bất thường, thỉnh thoảng người ta mới thấy người ra vào như những bóng ma, âm thầm, lặng lẽ, đơn chiếc, chỉ nghe thấy tiếng mở và đóng cửa, không có tiếng cười nói, thường là chỉ đi riêng lẻ một người, không có ai đi chung với ai, ban đêm đèn vẫn sáng, có khi người trong nhà thức rất khuya, nhưng chỉ nghe vài tiếng sột soạt, rồi im bặt. Thường thì sự tò mò đánh thức tư duy, khi người ta chuyển trạng thái của một vùng không gian.

Điều rất đặc biệt là trong căn nhà ấy không có tiếng nhạc, tiếng khóc, tiếng cười đùa của trẻ thơ, không có những biểu hiện của sự tôn vinh quá khứ và sự mơ màng tương lai. Chỉ có một loại tiếng động rất lạ, rất riêng, rất kinh dị, đó là tiếng búa. Cứ vài ba hôm người ta lại nghe tiếng búa từ trong nhà phát ra dồn dập, chát chúa, lành lạnh, nghiệt ngã, bi thương, sân hận, không theo một nhịp điệu ân tình nào, có khi đứt quãng, có khi lại liên tục, như tiếng còi ô tô chạm điện. Quả thực tiếng búa như là một cách phiêu lưu đầy hào hứng của một bàn tay vô hình, vì không có ai, không có gì kiểm soát được nó, muốn đi hay đến, là tùy ý, hóa ra trong tiếng búa hình như có cả lòng dũng cảm của chàng Don Quichote của Cervantes, không có đối thủ, nhưng mọi đối tượng cự phách đều có thể là đối thủ trong cuộc phiêu lưu.

Tiếng búa nghe rất lạ tai, rất khác, đó nhất định không phải tiếng búa đập lên đe của bác thợ rèn, hay lên bất cứ một vật cứng nào, như cái cột hay bức tường nhà, như người ta vẫn nghe quen thuộc, mà hình như nó đang đập vào không khí, đập vào thúng bông, cũng có thể đập vào lá phổi, trái tim hay vào thần kinh của một ai đó.

Người ta cũng không biết tiếng búa phát ra từ đâu, bắt đầu từ trần gian, thiên đàng hay địa ngục, rõ ràng là nó đang ở trần gian, nhưng biết đâu đã đi từ địa ngục, hay cũng có thể nó lưu lạc từ thiên đường. Tiếng búa luôn giấu mặt, nó khoác lên mình cái bộ mặt huyền thoại như câu chuyện nữ hoàng Cleopatra tự tử bằng rắn độc, câu chuyện đó, chẳng phải là địa ngục nằm kề bên thiên đường hay sao?

Tiếng búa lại không có nơi cư trú nhất định, nếu người ta ở nhà trên, thì nghe tiếng búa ở nhà dưới, ở trong nhà thì nghe như tiếng búa ở ngoài sân, trước bàn thờ thì nghe như nó đang ở trong nhà vệ sinh, đặc biệt, khi tiếng búa phát ra, có người nghe được, có người lại không nghe được, nó biết chọn mục tiêu, thời điểm để đày đọa cái không gian và thời gian lúc nào cũng như vô tội, hờ hững, hình như nó muốn làm cho cánh đàn ông phải chú ý đến nó, vì khi không có ai là đàn ông trong nhà, thì tiếng búa lại cũng biến mất, có người sống gần ngôi nhà ma, vỗ ngực xưng tên mình là thầy cúng, thầy phong thủy, thầy pháp, biết cả giới tính của tiếng búa là đực hay cái, khi nào đực, khi nào cái, hay chỉ toàn tiếng búa cái.

Người ta cũng không hiểu nổi, nhiều khi, giữa đêm khuya thanh vắng, xen vào tiếng búa, lại có tiếng người con gái kêu khóc lạy lục van xin, "xin tha cho con, xin tha cho cái nhà này, con còn phải đi làm, con còn phải kiếm sống, cái nhà này cần phải sống", cô gái rền rĩ, không biết người con gái van xin ai, van xin cái gì, có phải van xin tiếng búa hay không, nhưng rõ ràng, không có ai làm gì hại đến cô gái, hay tiếng búa muốn hại ai trong cái nhà ma đó, thì không có ai biết được, chỉ có điều là dù cô gái kêu gào thảm thiết, tiếng búa vẫn cứ thản nhiên, vẫn cứ lạnh lùng, khô khốc đến tàn nhẫn…

Một buổi sáng tinh mơ, trời đất còn đang chìm trong giấc ngủ, người ta bỗng nghe có tiếng người con gái kêu gào thảm thiết, thất thanh trong căn nhà ma. Gọi cửa không ai mở, hàng xóm phải đập cửa xông vào thì chứng kiến một cảnh tượng hãi hùng, xác một người đàn ông nằm sõng soài trên nền nhà, các giác quan mắt mũi tai miệng đều ứa máu, người con gái, có lẽ là người thân của nạn nhân, đang cúi sấp ôm cái xác chết hãy còn tươi, máu tiếp tục rỉ ra. Không ai biết nguyên nhân cái chết, cô gái cũng không hề giải bày, đôi mắt đờ đẫn, vô hồn.

Khi cơ quan điều tra đến lập biên bản hiện trường vụ án, giám định sơ khởi, đi đến kết luận là không có bất kỳ vật cứng nào va chạm mạnh vào đầu nạn nhân, nghĩa là nạn nhân không bị bất kỳ một hung thủ nào gây ra cái chết, người con gái cũng không biết lý do vì sao người thân của cô chết hết sức kỳ lạ, ma quái, hay cô biết mà không dám nói ra. Một màn bí mật đang bao trùm lên màu tang tóc của ngôi nhà.

Sau cái chết của người đàn ông, trong căn nhà, người ta cũng không còn nghe thấy tiếng búa ma quái ấy nữa, không biết người quá cố có dẫn nó đi theo hay không, hay nó đã trở về nơi mà nó sinh ra, một bí mật nghe như huyền thoại của cõi đời này…

Em Phải Sống

Thu Lan nằm vùi trong cơn sốt đã hơn một ngày nay. Buổi trưa, cơn mưa nặng hạt ào ạt trên mái tôl làm cô tỉnh lại. Nhìn quanh căn phòng một bệnh viện dã chiến, cô thấy chỉ toàn là một màu trắng như màu tang, và những con người bất động. Cô khẽ rùng mình. Trên trần nhà, chiếc quạt vẫn lặng lẽ quay, như không nhìn thấy những những gì đang xảy ra ở dưới nó, những con người vừa đến đây hôm qua rồi lại âm thầm, vội vã được đưa đi.

Thu Lan và Tuấn là đôi vợ chồng trẻ, rất hạnh phúc. Họ cùng làm việc ở một ngân hàng. Tuấn làm trưởng phòng, còn Thu Lan ở bộ phận cho vay. Từ khi dịch bùng phát ở thành phố, họ phải làm online rồi sau đó tạm ngừng công việc. Cách đây một tuần, phường kêu gọi những người tuổi trẻ có trình độ tham gia vào các tổ chống dịch do phường tổ chức. Thu Lan và Tuấn đã sốt sắng nhập cuộc.

Trong một lần công tác cứu giúp một gia đình cả 4 người đều bị nhiễm virus corona Tàu, dù đã được mặc đồ bảo hộ rất cẩn thận, nhưng trong quá trình khiêng vác bệnh nhân từ trong con hẻm ra xe cấp cứu đậu ở đầu hẻm, cả hai vợ chồng anh đã bị con virus Vũ Hán âm thầm tấn công mà cả hai đều không hề hay biết. Sự tự tin đã biến thành tai họa. Hai ngày sau, anh phát sốt, còn chị thì nhức mỏi toàn thân và nôn ói. Test nhanh, cả hai đều dương tính, riêng hai cháu bé con của anh chị lại may mắn được thoát.

Cơ quan chống dịch đến phun thuốc khử khuẩn căn hộ chung cư của đôi vợ chồng và đưa hai người, mà mới hôm qua còn hăng hái chống dịch, nay lại phải vào bệnh viện. Vậy thì ra, con corona biết cách trả thù thật nhanh, không khác gì chủ nhân của nó, hoàng đế TCB. Vị hoàng đế ngôi cao hơn mọi hoàng đế mang nhãn hiệu Trung Hoa (?). Và kiểu sát nhân của hắn cũng rất đa dạng, mà kiểu giết người bằng virus là rất phù hợp với thời đại 4.0.

Thu Lan nghẹn ngào, cố nén tiếng nấc trong khi nói chuyện với cô giáo Minh, ở căn hộ đối diện, để gửi 2 đứa con, đứa trai lên 5, còn bé gái mới 2 tuổi, vì cha mẹ hai bên đều ở tận miền Trung, kẹt dịch, không thể vào được. Tuấn thì lo chuẩn bị quần áo và các vật dụng cần thiết cho con, anh làm như cái máy, đờ đẫn, không nói gì với ai. Hai đứa nhỏ ngơ ngác nhìn những người khách lạ, trùm kín mít người bằng mũ và bộ quần áo màu xanh, trông rất lạ lẫm.

Nhìn hai đứa con thơ, bỗng Thu Lan nghĩ dại, không biết mình còn có thể trở về với hai con và căn nhà này nữa hay không, bỗng chị bật khóc nức nở, hai đứa nhỏ chưa đủ hiểu mọi chuyện, thằng lớn gọi "Mẹ ơi… mẹ ơi…" rồi cả hai cùng gào lên thảm thiết. Bé gái chạy lại ôm cổ mẹ: "Mẹ ơi, mẹ đừng đi, mẹ đừng bỏ con…, mẹ ơi, không có mẹ, con sợ lắm…”. Thu Lan ôm siết các con vào lòng, dỗ dành: “Con ơi, để cho mẹ đi, mẹ đi chống dịch như mấy hôm trước thôi, mai mẹ sẽ về. Con ngoan ở nhà với cô Minh, chỉ một đêm thôi, các con ngoan, hãy nghe lời mẹ…”. Rồi như nhớ ra điều gì, bỗng chị dừng lại đẩy hai đứa con ra. Chị lẩm nhẩm trong đầu “Ôi con virus làm cho mẹ con cũng không dám gần khi còn sống bên nhau, và không có ai được đưa đến lò hỏa táng, khi từ giã cõi đời”, chị cay đắng nghĩ thầm. Tuấn rưng rưng nói riêng với cô giáo Minh “Vợ chồng tôi vô cùng biết ơn chị, không ngờ tôi lại rơi vào hoàn cảnh bi thảm này. Xin chị hãy làm người mẹ thứ hai của các con tôi. Trời thương, sau một tuần chúng tôi sẽ về!”. Anh đưa tay dìu vợ rồi cùng hai nhân viên chống dịch đi ra, đứt ruột bỏ lại hai đứa con ngồi trong lòng cô giáo Minh nhìn theo gào khóc.

Không biết có một sức mạnh nào đã giúp Thu Lan, trong cơn sốt mơ màng, bỗng lấy hết sức tung chăn, choàng ngồi dậy. Cô chợt nhớ đến hai đứa con, mà buổi sáng cách đây ba hôm, cô đã ràng rụa nước mắt khi bước chân đi, trước khi leo lên xe cứu thương, còn quay nhìn lại. Thu Lan nhìn căn phòng lạnh ngắt, không bóng dáng nhân viên y tế, cô gọi lớn “Có ai không, giúp tôi với?”. Từ cuối phòng, một cô điều dưỡng dáng còn rất trẻ, như đang cố chống lại cơn buồn ngủ, chạy đến hỏi:

- “Chị muốn hỏi gì? Tôi cũng vừa chích thuốc cho chị, khi chị mê man”.

Thu Lan nói như khẩn khoản:

- "Chị cảm ơn em. Em có thể cho chị biết anh Tuấn chồng chị cách đây mấy hôm cũng vào phòng này, sao bây giờ anh ấy đi đâu, vì sao anh ấy đi, chị sốt ruột quá?"

- "Anh ấy trở nặng, bác sĩ phải đưa vào hồi sức, chị an tâm". Cô điều dưỡng ngập ngừng trả lời và bỏ bớt từ "cấp cứu", cho nhẹ lòng người nghe.

- "Em đưa chị qua thăm anh ấy một chút được không?"

- "Không được chị ạ! Đó là quy định chung của bệnh viện, em không thể".

Thu Lan rưng rưng nước mắt, đờ đẫn nhìn ra đường. Hồi lâu, cô quay lại người nữ điều dưỡng:

- "Chị biết em không dám cho chị biết sự thật. Nhưng chị hiểu và cảm ơn em. Linh tính cho chị thấy những điều không may, chị chỉ còn biết cầu nguyện… nhưng nhất định chị sẽ không thể bỏ cuộc, đầu hàng".

- "Chị nói vậy nghĩa là sao?"

- "Nghĩa là từ đây xin em giúp chị chống lại con virus quái ác này. Nó muốn giết ta thì ta phải tự cứu lấy mình và nhất định chị không thể chết được, chị không thể bỏ hai đứa con nhỏ bơ vơ!".

Nhìn vẻ xanh xao tiều tụy của người nữ bệnh nhân, lòng cô điều dưỡng trào dâng một niềm thương cảm, thầm mến phục, nhưng e dè về sự quyết tâm của Thu Lan, cô ngọt ngào:

- "Chị hãy can đảm lên, cầu mong cho chúng ta sớm chiến thăng con virus".

Ngoài kia, tiếng còi hụ của xe cấp cứu vẫn dồn dập đưa người đến bệnh viện như từng đợt sóng băng giá trào dâng vào lòng hai người.

Thu Lan móc chiếc điện thoại gọi cho cô giáo Minh để hỏi thăm về hai đứa con và dặn bạn cố gắng tiếp tế cho Lan nhiều thức ăn và những thứ trong một số bài thuốc dân gian có hiệu quả mà Lan tìm được trên mạng xã hội.

Đêm nay là đêm thứ 7 nằm ở đây, Thu Lan không hề chợp mắt. Hết hít thở sâu, cô lại ngồi thiền, tập khí công, đi ra đi vào, chờ mãi mà trời vẫn không chịu sáng... Ngoài kia, cô nghe rất rõ tiếng xe cấp cứu ra đi, rồi ngay lập tức lại có xe đến, sân bệnh viện chìm trong nỗi lạnh lùng, chỉ có tiếng thì thầm và tiếng xe nổ máy, tiếng thút thít hay nức nở nghẹn ngào. Và cô hiểu những gì đang xảy ra giữa một trận chiến âm thầm nhưng rất khốc liệt…

Thu Lan biết, giờ này, chẳng phải một mình cô đang thức, chẳng phải mình cô đang thấy màu trần gian xám xịt, đang mỏi mắt trông chờ một tia sáng bình minh như đang le lói ở phía chân trời, mà cũng có hàng triệu người đang quằn quại trong lo âu và khổ đau như cô. Đã gần 2 năm rồi, kể từ khi bác sĩ Lý Văn Lượng cảnh báo một hiểm họa cho toàn nhân loại, anh đã chết vì con corona trước khi bị cầm tù, con virus bé tẹo kia lại có thể làm đảo lộn mọi trật tự của xã hội, làm thay đổi nếp suy nghĩ của mỗi con người, làm cho con người phải tự giam mình, làm đảo lộn hơi thở văn hóa của mỗi dân tộc. Tất cả như điên đảo, kinh hoàng. Nhưng lòng của kẻ hiểm ác đã tạo ra nó thì không thay đổi, và lợi dụng nó để làm thay đổi trật tự thế giới cho phù hợp với sự tham lam của mình. Con virus luôn luôn biến chủng để làm cho xong sứ mệnh mà chủ nhân của nó đã giao là hủy hoại nền văn minh nhân loại để thay vào đó một xã hội phi nhân tính. Và biết đâu, những phiên bản tiếp theo của nó báo hiệu cho một ngày tận thế. Chưa có ai hình dung hết ngày mai sẽ ra sao!

Sau 8 ngày quyết tâm chống lại con virus bằng mọi cách, Thu Lan hình như có dấu hiệu khả quan, cô chỉ sốt nhẹ, ăn chưa thấy ngon nhưng đã thấy mùi vị chứ không phải như những hôm trước, nhai thức ăn như nhai cám mà vẫn cố nuốt. Con corona cố cắt đi mọi nguồn sống, từ hô hấp, tuần hoàn, qua bài tiết cho đến tiêu hóa của một người đã bị nó xâm nhập. Ông chủ của nó khá giỏi khi tổng hợp hai loại vi khuẩn SARS và HIV để đẻ ra nó. Nó có thể cùng lúc làm đông đặc phổi, làm máu đóng cục, tắt nghẽn động mạch, làm đau bụng nôn ói và tắt đường tiểu. Và song song với những bệnh lý đó, nó làm tê liệt kháng thể của người bệnh.

Sáng nay, khi Thu Lan đang tập thể dục ở góc sân như thường lệ, cô điều dưỡng gọi cô đến gặp bác sĩ trưởng khu điều trị. Vẫn trong bộ quần áo bảo hộ màu xanh trùm kín từ đầu đến chân, vị bác sĩ trạc tuổi trung niên mời cô ngồi, rồi ôn tồn nói:

- Cả khu điều trị đều nghe tin cô hồi phục một cách kỳ diệu, ai cũng thầm khâm phục lòng dũng cảm và ý chí sắt đá của cô đã chiến thắng con virus quái ác mà các nhà khoa học hiện vẫn còn đang hụt hơi chạy theo nó. Bước đầu tôi xin chúc mừng cô”.

Dừng một lát, vị bác sĩ nói tiếp: "Nhưng Tuấn, chồng cô, lại không được may mắn như cô. Bệnh anh ấy trở nặng rất nhanh, hai ngày nay bệnh viện đã can thiệp ECMO và thở máy với nồng độ Ô-xy cao nhưng bệnh tình vẫn không được cải thiện".

Vị bác sĩ dừng ở đó khi thấy Thu Lan ôm mặt bật khóc nức nở, đôi vai rung lên từng cơn theo tiếng nấc. Đợi cho cô trấn tĩnh đôi chút, ông nói tiếp:

- "Sáng nay Tuấn bất ngờ tỉnh lại và đòi gặp cô. Bây giờ chúng tôi sẽ đưa cô lại thăm anh ấy".

Tuấn vẫn nằm bất động, hai mắt nhắm nghiền. Thu Lan chạy lại ôm chầm lấy chồng rồi lặng lẽ đầm đìa nước mắt, cô nghẹn ngào khe khẽ: "Anh ơi, hãy cùng về nhà với em, các con đang gọi chúng ta và kêu khóc từng ngày. Mẹ con em không thể sống thiếu anh được… Anh hãy sống, anh đừng bỏ em và các con!"

Như có sức mạnh thần giao, nghe được những lời than khóc của Thu Lan, Tuấn chợt hé mắt nhìn vợ, nhưng đôi tay vẫn bất động, anh cố thều thào đứt đoạn: "Em yêu ơi… chắc anh không qua khỏi đâu… anh không giữ được… lời hứa với em trong ngày cưới… là chăm sóc em đến cuối cuộc đời. Từ đây đôi ta…âm dương cách biệt, nhưng anh sẽ không bao giờ rời xa em và các con… Và em ơi, hãy nhớ lấy lời anh là… nhất định… em phải sống…". Thu lan gào lên: "Anh ơi… anh ơi, không… không, anh không thể bỏ em, em yêu anh… em xin anh…, không có anh, em còn sống làm gì…". Thu Lan siết chặt tay

Tuấn và úp mặt lên người anh, nức nở, nhưng bác sĩ đứng bên cũng không ngăn cản cô vì biết kháng thể trong cô đã đủ chống lại sự xâm nhập của virus. Cuối cùng vị bác sĩ nói: "Thôi, cô hãy bình tĩnh, anh ấy đi rồi, xin cô hãy nhớ lời anh ấy dặn. Chúng tôi đã làm hết sức mình, nhưng không giữ được người chồng yêu quý cho cô. Cho tôi xin lỗi!".

Nói xong người bác sĩ và cô điều dưỡng đi ra. Thu Lan nắm chặt bàn tay bắt đầu lạnh của chồng. Cô đăm đăm nhìn lên khuôn mặt tuấn tú nhưng đã xám xanh của anh, sau màn lệ của cô. Cô cứ nghĩ là anh đang ngủ, giống như anh đã ngủ trong vòng tay mình đã hơn 8 năm rồi! Cô đặt nụ hôn lên trán anh và hình như cô không còn biết sợ…

Đôi đèn bạch lạp vẫn luôn cháy trên chiếc bàn thờ bằng thiết đơn sơ phủ khăn trắng và một đĩa trái cây vẫn thường trực nơi đây, trong phòng tang lễ của bệnh viện. Hầu hết những thi thể được đưa đến đây rồi cũng ra đi chóng vánh sau khi được cho vào cái túi nilon kép, đóng bằng dây kéo. Người đội trưởng mai táng cũng chỉ xá dài 3 cái cho người người xấu số như một nghi lễ quen thuộc đến lạnh lùng. Không có ai nhỏ một giọt nước mắt sau cùng để tiễn biệt người đi. Thật âm thầm và lạnh lẽo!

Tuấn là người duy nhất được vợ tiễn đưa trong hoàn cảnh nghiệt ngã này. Thu Lan xé vạt trước của một chiếc áo phòng dịch bằng nhựa, xếp thành chiếc khăn tang trắng quấn quanh mái tóc bù xù rũ rượi của nàng. Cô quỳ xuống trước thi hài của Tuấn đang nằm trên chiếc băng ca đặt trước bàn vĩnh biệt, lạy người chồng xấu số 3 lạy rồi ngã gục xuống sàn nhà… Nhân viên của đội hỏa táng đỡ cô dậy rồi tiến hành tẩm liệm, mà áo quan cũng chỉ là một chiếc túi nilon.

Thu Lan quỳ mãi, nhìn theo chồng, cho đến khi chiếc xe tải đông lạnh đưa thi thể anh mất hút ngoài cổng bệnh viện. Cô gục xuống sân, miệng không ngớt lẩm nhẩm: "Anh yêu ơi, em không bao giờ quên lời anh dặn: "Em phải sống… Em phải sống…"

Viết giữa tâm dịch Sài Gòn, tháng 10-2021.

Chiếc Dép
Trên Miệng Núi Lửa Etna

Khi Empedocles* nhảy vào miệng núi lửa Etna ở Sicily, không biết khi ấy, ông có nghĩ là loài người sẽ tin rằng thân xác của ông đã hoà vào cái mênh mông của vũ trụ, miên viễn của đất trời, biến thành nụ cười của vĩnh cửu và từ đây mãi mãi ông sẽ trở thành một thiên sử ca bất tận, dám đem thân mình để hoà vào thiên nhiên

và trở thành một vị thần bất tử,

và phải chăng, tạo hoá lại có đôi mắt vô biên, đã không bằng lòng với suy nghĩ đó của ông, nên đã buộc ngọn núi lửa kia ném trả lại một chiếc dép bằng đồng trên miệng của nó, để chứng tỏ rằng thượng đế đã không muốn có sự đổi chác nào qua ước mơ bất tử của giống người,

đấng tạo tác đã khắc khe với tính hám danh, ngay cả với một nhà hiền triết, một nhà thơ…

đêm qua tôi đang đứng thả hồn theo mây gió và hình như cuộc bể dâu đang trôi vào lãng đãng trước mắt, bỗng đâu một đàn dế kéo những cỗ quan tài nhỏ xíu, đẹp mắt, nhưng trông rất nặng nề đi qua những trang sử gập ghềnh của thời hiện đại, để thể hiện qui luật phi- chân- không của trần gian vô thường, triền phược,

tôi lấy làm lạ, buộc miệng thắc mắc, hỡi các bạn dế, các bạn kéo những cỗ quan tài của ai mà trông linh đình long trọng quá vậy, chú dế đi ngoài hàng, chắc là cấp chỉ huy, nghiêm trang nói, chúng tôi đang kéo linh hồn những tượng đài của những vị thánh lừng danh, vừa bị kéo sập đêm qua ở những nơi được xem là trang nghiêm nhất của các thành phố, đưa đến những mồ chôn tập thể, ở ngoài rìa của lịch sử,

vô cùng ngạc nhiên, tôi lại hỏi, tượng đài là của những thần tượng, là ân nhân của các dân tộc, có khi của cả loài người, là tinh hoa của đất trời, sao lại có ai dám kéo sập,

thắc mắc của tôi làm cho đàn dế cười to chế nhạo, chú dế chỉ huy cũng cười, nụ cười đầy bí hiểm, chú nói, tượng đài chỉ là sản phẩm được sinh ra từ một nhóm người quyền thế, bắt nhân dân cúi đầu tung hô, một thời dựng lên, rồi bây giờ, cũng phải có một thời, nhân dân lại kéo xuống, chứ có ai dám sờ tay vào đâu, có lẽ đó chỉ là những danh nhân giả, thánh nhân giả, thậm chí đó là bọn gây nhiều tội ác với nhân loại, được đưa lên nhờ những họng súng và lưỡi gươm của bọn cầm quyền,

ngài không biết sao, ngày xưa, ở đó, đêm ngày người ta dâng hoa, dâng đèn, ngày nay người ta lại dâng cuốc dâng xẻng, để đập phá chúng đi, quy luật tụ tán sinh diệt là thế, thời gian sẽ xoá đi tất cả những gì không hợp với con người, những tay có chữ nghĩa gọi nôm na là không mang tính nhân bản, nhưng ông cũng biết đấy, không có ai xoá được thời gian, vì thời gian là thứ đeo theo từng thân phận để giám sát sự tồn vong của hữu thể, những oan khiên của lịch sử lại trở về, ai làm gì cho con người thì tồn tại, ai tôn vinh vô loại sẽ tiêu tan, sẽ bước trở về thuở hồng hoang, sẽ lùi vào quên lãng,

chú dế chỉ huy chợt nói với tôi rằng, đám đông bầy đàn đang chuẩn bị xây nhiều tượng đài nữa đấy, bọn được xây tượng đài ngày càng có thành tích giết người tinh vi hơn, dã man hơn, để cho lũ dế, loài ra rả ca hát về đêm của chúng tôi, cả đời luôn có việc làm, còn ông thì có dịp sắp xếp con chữ không chịu nằm im mà luôn nhảy múa trong đầu mình, theo cái quy luật của đất trời "vạn vật sinh yên" ấy mà,

từ đó, không hiểu sao, đàn dế đưa tang của những tượng đài ngày càng nhiều, lộ rõ tính bi hài của cõi trần, ngày nào cũng diễn qua trước mắt tôi, và trên những chiếc quan tài kia không phải là những chiếc dép bằng đồng màu vàng ánh của Empedocles mà là những chiếc dép bằng sắt mang hình lưỡi gươm màu đen của địa ngục…

**Empedocles (490-430 TCN) là triết gia Hy Lạp, tiền Socrate, ông chủ trương vũ trụ được cấu thành bởi 4 yếu tố: Lửa, khí, nước và đất.*

Đi Tìm
Âm Thanh Thần Thoại

Ó là một ngôi nhà cổ dáng vẻ mơ hồ, thâm nghiêm, ảm đạm, ẩn trong màu nguyên sơ của một vườn cây rậm rạp, mọi thứ trong ngôi nhà đều như là một thoáng trần gian, tỉ như ánh sáng vàng vọt loé lên giữa đêm, một vạt váy của nàng tiên nga cổ tích, tung bay trong cơn gió vô tình,

đã lâu rồi, K, chàng nghệ sĩ dương cầm trong ngôi nhà bên không thể tìm ra một tung tích nào về chủ nhân ngôi nhà cổ ấy, tất cả những tới lui trần gian của ngôi nhà đều mang bộ mặt huyền nhiệm, cũng như không ai tìm ra lối đi về của bước chân tạo tác, người con gái vào ra căn nhà, nhuộm vẻ e ấp và thướt tha cùng tà lụa trắng, như cái bóng liêu trai, không ai biết được dung nhan cõi trần của nàng, sớm tối không một tiếng động, không một hơi thở, như cái bóng từ một cõi khác,

kể từ khi có bóng dáng của người con gái thoáng qua lối ra vào ngôi nhà huyền thoại, người nghệ sĩ dương cầm tên K cũng phát hiện ra một hiện tượng quái dị trong ngôi nhà bí ẩn, tiếng chim, không ai có thể tin rằng, mỗi khi có tiếng dương cầm của chàng thanh niên thánh thót vang lên trong đêm thanh vắng, thì trong ngôi nhà cổ kề bên, người ta cũng nghe rộn rã những tiếng chim đủ mọi cung bậc, giọng điệu của từng loài chim hoà vào tiếng nhạc, tạo thành một thiên hoà âm bất tận mà không thể có một nhạc sĩ tài hoa nào có thể trổi lên được, vì từ ngàn xưa, chưa có một loại nhạc cụ nào phối hợp được tiếng đàn Piano với tiếng của hàng trăm loài chim, cùng cất lên như trong cõi thiên thai, đã giữ chân Lưu Thần - Nguyễn Triệu hàng mấy trăm năm, ngỡ ngàng khi trở lại cõi trần.

Đêm nay, giữa cõi mơ hồ thanh vắng trong ngôi nhà xanh rêu cả thời gian và không gian, người nghệ sĩ bất chợt thấy một vùng sáng nhạt loé lên sau lùm cây và tấm gương, rợp bóng địa đàng xanh thẩm, chưa kịp định thần thì bên tai anh lại trổi lên một điệu nhạc như được điều khiển bởi một nhạc sĩ tài hoa, trước mặt là những nhạc công, chính là những nàng Hoạ My tuyệt mỹ, chỉ có loài Hoạ My mới có thể đưa cung bậc âm thanh lên cao vút, giữ nghẹn lại trong cổ, nghiêng mặt nhìn trời xanh, dùng cái giọng hồi, để rung đều như tiếng rung của cần violon, nghe chất ngất nghẹn ngào, đứt quãng như tiếng ai oán từ cổ sơ, làm cho người nghệ sĩ tên K cúi đầu, thấy như tay mình đang níu lại bản concerto của Mozart viết cho tổ hợp flute, harp và dàn nhạc, ở Paris năm1778 tặng cô học trò Marie-Louise-Philippine,

    thế rồi cái giọng tam thanh - tứ tuyệt của loài Sơn Ca lại trào lên trong lòng bóng đêm xanh thẩm, cả giọng thanh cao vút, không choé, không rè, không đục, chuyển sang giọng bình rung đều uyển chuyển, giọng trầm dịu êm ấm áp, hoà quyện vào tứ tuyệt tiết tấu nhịp nhàng, rộn ràng tươi sáng, như đang vút lên trên cành cao thăm thẳm, giữa non xanh nước biếc, rung cánh, mào dựng, như trường ca trước địch thủ, phải chăng đây là một Beethoven vượt qua bậc tiền bối Mozart khi trở về trong Eroica, bản giao hưởng số 3 của nhà soạn nhạc lừng danh người Đức trong hành trình đi tìm tự do tuyệt đối cho mình, chưa bao giờ bước chân vào một vị trí của triều đình hay giáo hội, như tiếng chim Sơn Ca đêm nay chỉ hót cho đất trời, giữa đất trời, cho K thấy được sự bé nhỏ của mình, tiếng đàn piano của anh bỗng trở thành lạc lõng, bơ vơ,

trời đang cuối đông, nhưng K thấy hình như những giọt mồ hôi rịn ra hai bên thái dương và lưng áo làm cho anh rùng mình, thứ âm thanh có phải từ loài chim trời mà lâu nay loài người vẫn nghe, như anh, hay là sự hiện thân của một ân sủng vô biên mà cái bóng dáng bí ẩn kia lặng lẽ dâng lên để làm dịu đi cuộc nhiễu nhương thế kỷ, chẳng lẽ quần đảo Canary, nơi đất nước Tây Ban Nha xa xôi, lại ở ngay trong căn nhà cổ của người con gái phiêu bồng trong vuông lụa trắng liêu trai, tiếng hát của loài Hoàng Yến ngọt ngào ngân dài như tiếng đàn Piano của K, phải chăng loài chim kia bắc chước được tiếng đàn của anh, anh ngơ ngẩn sửng sốt, không biết là mình đã bị tiếng chim thâu miên hay mỹ nhân đánh lừa, thách thức tiếng dương cầm huyễn hoặc của anh, tiếng hót ấy nghe như mơ hồ lãng đãng trong veo,

chưa kịp định hình nỗi hoang mang, thì trong vùng hương sắc âm thanh đó lại trổi lên bản giao hưởng Unfinish Symphony của Franz Schubert hoà lẫn trong 16 giọng hót khác nhau của loài Vàng Anh, với mỗi phân khúc là một trường thiên trầm bổng bất tận, làm cho K nghe mơ hồ về một cõi khác, một thứ âm thanh khác với cõi trần, khiến cho âm thanh từ cây đàn Piano của anh rè đặc, vỡ toang, cho đến một đêm cuối đông, bóng dáng người thiếu nữ không còn vào ra, tà lụa trắng thần tiên âm thầm biến mất sau rặng cây cổ thụ, bóng đen bí mật phủ một màu ảm đạm sau khung cửa sổ ngôi nhà, tiếng đàn dương cầm của K lạc lõng giữa hư không lần cuối cùng, khi mà tiếng chim lịm tắt, bỏ lại tiếng dương cầm chết đuối trong đêm,

nàng đã ra đi mang theo tiếng chim hay chính là tiếng hát liêu trai của nàng, nhưng dẫu sao K cũng không thể sống mà thiếu tiếng chim thần thoại ấy nên đã quyết định bỏ lại tiếng đàn Piano bơ vơ trơ trọi, để đi tìm tiếng chim cùng tà lụa trắng mà giờ đây như một ám ảnh giữa hồn anh, giữa khung trời ngan ngát mênh mông.

Người Ngồi Vẽ
Chân Dung Thời Gian

Hắn rơi xuống cuộc đời như người ta ném một viên sỏi sần sùi vào dòng sông đang chảy. Cha mẹ hắn đã bỏ hắn ra đi vĩnh viễn trong một tai nạn thời cuộc, khi hắn mới vừa lên ba. Người đàn bà góa, không con, thương tình, đem hắn về nuôi nơi cái xum ổ chuột hun hút trong con hẻm ngoằn ngoèo, hắn từng đi chơi , không tìm ra lối về.

Hắn bước đi trên những mảnh vỡ của cuộc đời mà người ta vứt bừa bãi ra đường, bàn chân hắn đã chai hàng trăm vết cắt, những chiếc đinh đóng vào đầu hắn những lời chửi rủa tục tĩu , nhưng hắn chưa gục ngã, vì hắn còn món nợ chưa trả xong, món nợ với người mẹ đã đặt hắn vào cuộc tồn sinh nhọc nhằn thăm thẳm.

Người duy nhất đã dạy hắn về những đường nét đỏ đen xanh tím của cuộc đời này là người thợ vẽ đầu con hẻm nơi hắn ở, và cũng chính người ấy gây hứng thú cho hắn nghĩ về cái lý do mà hắn mơ hồ và vô tình hiện diện trong con hẻm rách nát, cùng với nỗi giày vò trên những hạt cơm, hắn bắt đầu tự hỏi về cái thời gian gãy vụn hun hút.

Bức chân dung của thiếu phụ quá cố trong lều của người thợ vẽ, (người ta sắp đặt nó lên bàn thờ), gợi cho hắn hình ảnh người mẹ mà hắn sẽ vĩnh viễn không bao giờ thấy mặt, một bí mật giữa mặt trời, một góc khuất nhức nhối trong lòng hắn, có lẽ nơi xa xăm, bà đã từng khóc về cái tuổi thơ đen đúa của hắn. Hắn tưởng tượng bà cũng có nét mặt thanh tú như hắn, nhưng không đến nỗi cõi còm, hắn thấy mơ ước, một thứ mơ ước nhuộm màu xám hoang mang, đột nhiên nung nấu lòng hắn, hắn đề nghị với người thợ già cho hắn phụ việc và chỉ xin được lưng lửng mấy chén cơm nhạt, qua ngày.

Bây giờ hắn đã cầm cọ thực thụ, người thợ già gật gù với những bức họa của hắn dù ông rất mơ hồ về chúng. Những đường cọ của hắn không hề giống ông, một thứ huyễn hoặc như đang nhảy nhót trong không gian, như khói như mây, lúc hiện lúc ẩn, lúc co quắp đớn đau, lúc mỉm cười thoáng đãng, ông bị thu hút mãnh liệt nhưng không thể nào nắm bắt được.

Hắn nói là hắn vẽ chân dung của mẹ . Nhưng ông nghĩ, hắn chưa biết mặt mẹ bao giờ, người thiếu phụ trong bức tranh như một sự bùng vỡ và quện chặt của nhiều sắc màu, nếu nhìn thẳng thì như mỉm cười, đôi môi nàng đang trò chuyện với hắn, nhìn cuộc đời một màu xanh thẳm yêu thương, nhưng nếu nhìn nghiêng thì hình như bà đang ở dưới chín tầng địa ngục, ngồi trên giàn hỏa thiêu, nhúm nhó và hoảng loạn, trên đầu là một màu đen vô tận trói buộc, lạnh lùng, mỗi lần nhìn vào bức chân dung của mẹ, hắn bỗng cười vang, nhưng nghe như nghẹn ngào nức nở, không ai hiểu là hắn đang nghĩ gì.

Hắn không hiểu vì sao người ta giết mẹ hắn, một người đàn bà yếu đuối và hiền lành, hắn cho rằng cái chết của mẹ hắn là sự lật ngửa của trần gian về thánh thiện và tội ác, không biết trong giờ phút lâm chung, mẹ hắn đã làm gì, bà ưỡn ngực thách thức hay quỳ xuống van xin, hình ảnh đó cứ dày vò hắn, không chịu buông tha, hắn ngậm ngùi chua chát, vì cuối cùng người mẹ thân yêu của hắn cũng đã gục ngã trước số phận.

Hắn dùng nét cọ và màu sắc để cố thể hiện cái hiện tại tức thì, sức tưởng tượng của hắn là hiếm có và khác thường nên mỗi bức chân dung mẹ hắn đều hiện lên cuộc sống hiện tại của bà (hắn chỉ muốn có thế), có khi người ta nhận thấy như mẹ hắn đang hớn hở nhảy múa với những nàng tiên nữ ở nơi thiên đường, cũng có khi người ta lại có cảm giác như bà đớn đau cùng cực.

Trong tranh của hắn, hạnh phúc và khổ đau như ôm chặt, đan quện vào nhau giữa dòng thời thời gian đang chảy. Và ngày ngày hắn vẫn cặm cụi vẽ chân dung của mọi ngõ ngách cuộc đời, từ chân dung những tên quyền lực khát máu bậc nhất đến gương mặt của người nông phu chân đất hiền lành, tất cả đều sống động cùng đang nhảy múa với thời gian. Cái lều của ông già ngày nào, nay đã thành phòng tranh của một họa sĩ chân dung có tiếng, khách thưởng ngoạn đến mỗi ngày một đông, nhưng hắn không chịu bán bất kỳ bức tranh chân dung nào hắn đã vẽ.

Không ai ngờ, trong một đêm kinh hoàng, con hẻm cùng cái xưởng họa của người vẽ chân dung bỗng trở thành mồi ngon của ngọn lửa hung hãn vô tình . Những bức tranh cùng với người họa sĩ tài hoa đã cùng biến mất trong đêm. Ai cũng tiếc rẻ, nhưng chẳng ai biết bao giờ người họa sĩ trở lại với phòng tranh, để lại một sự trống vắng cũng hun hút không khác gì con hẻm, những bức chân dung đã thành nham nhở tro than, lẫn vào đám bụi mù của bóng tối thời gian.

MỤC LỤC

Nhân Ảnh
2023

Liên lạc tác giả:
KIỀU GIANG
Email: nguyenhieu021947@gmail.com

Liên lạc Nhà xuất bản
NHÂN ẢNH
E.mail: han.le3359@gmail.com
(408) 722-5626